'എന്റെ കര്‍ത്താവേ,എന്റെ ദൈവമേ...'

A DEVOTION FOR 40 DAYS.
#LET'S_BREATHE _JESUS

ആന്‍ തുഷാര

෨

"കർത്താവായ യേശുവിൽ വിശ്വസിക്കുക;
നീയും നിന്റെ കുടുംബവും
രക്ഷപ്രാപിക്കും."(അപ്പ.പ്രവൃത്തികൾ 16:31)

෨

ഉള്ളടക്കം

ഉള്ളടക്കം

ഉള്ളടക്കം

അവതാരിക

"മാനസാന്തരപ്പെടുക,എന്തെന്നാൽ സ്വർഗരാജ്യം സമീപിച്ചിരിക്കുന്നു."(മത്തായി 4:17)എന്ന യേശുവിന്റെ ആഹ്വാനമാണ് ഈ പുസ്തകത്തിന്റെ ഇതിവൃത്തം.ഈ പുസ്തകം വായിക്കുന്നതിലൂടെ ക്രിസ്തീയ ജീവിതമൂല്യങ്ങൾ ഒന്നൊന്നായി ഇതൾ വിരിയുകയും മനസ്സും ശരീരവും ആത്മാവും വിശുദ്ധിയുടെ അഭൗമസുഗന്ധത്താൽ പൂരിതമാവുകയും ചെയ്യുന്ന ഒരു ദിവ്യമായ അനുഭവം ഉണ്ടാകുമെന്നുമുള്ളത് തീർച്ചയാണ്.

"നിങ്ങളുടെ വിശുദ്ധീകരണം ആണ് ദൈവം അഭിലഷിക്കുന്നത്".(1തെസ 4:3) "നിങ്ങളെ വിളിച്ചവൻ പരിശുദ്ധൻ ആയിരിക്കുന്നതുപോലെ എല്ലാ പ്രവർത്തികളിലും നിങ്ങളും പരിശുദ്ധരായിരിക്കുവിൻ."(1പത്രോസ് 1:15-16) "ഇതാ ഞാൻ വാതിലിൽ മുട്ടുന്നു. ആരെങ്കിലും എന്റെ സ്വരം കേട്ട് വാതിൽ തുറന്നു തന്നാൽ ഞാൻ അവന്റെ അടുത്തേക്ക് വരും. ഞങ്ങൾ ഒരുമിച്ചു ഭക്ഷിക്കുകയും ചെയ്യും".(വെളിപാട് 3:20)

ഈ തിരുവചനങ്ങൾ ജീവിക്കുവാനുള്ള പരിശുദ്ധാത്മ അഭിഷേകം വായനക്കാരിലേക്ക് സംവദിക്കപ്പെടുമാറ് ലളിതവും സുവ്യക്തവുമായിട്ടാണ് ഈ ആത്മീയ സാധന ക്രമീകരിക്കപ്പെട്ടിരിക്കുന്നത്.ഈ ചെറു പുസ്തകത്തിന്റെ രചയിതാവിന് അഭിനന്ദനങ്ങളും ദൈവാനുഗ്രഹങ്ങളും നേരുന്നു. ഈ പുസ്തകം വായിക്കുന്ന ഏവർക്കും ജീവിത നവീകരണവും ആദർശ പൂർണമായ ക്രിസ്തീയജീവിതവും സാധ്യമാകട്ടെ എന്ന പ്രാർത്ഥനയോടെ, പുസ്തകത്തിന് പ്രചുരപ്രചാരം ഉണ്ടാകട്ടെയെന്ന ആശംസയോടെ,

-ഫാ.കോസ്മോസ് കെ തോപ്പിൽ

ഒരു ക്ഷണക്കത്ത്.

ക്രിസ്തുവിൽ എന്റെ ഏറ്റവും പ്രിയ സുഹൃത്തേ,

നിങ്ങൾ ഈ കത്ത് ഇപ്പോൾ വായിക്കുന്നതിൽ ഞാൻ എത്രത്തോളം സന്തോഷിക്കുന്നുണ്ടെന്ന് അറിയുമോ?ഈ പുസ്തകം നിങ്ങൾ തെരഞ്ഞെടുത്തെങ്കിൽ അതിനർത്ഥം ഈശോയോട് കൂടുതൽ അടുക്കുവാൻ നിങ്ങൾ ആഗ്രഹിക്കുന്നുണ്ട് എന്ന് തന്നെയാണ്.അവന്റെ സ്നേഹം അനുഭവിക്കുവാനും ദൈവിക ആനന്ദത്തിൽ ആയിരിക്കുവാനുമുള്ള ആഗ്രഹത്തിൽ നാം എടുക്കുന്ന ഓരോ ചുവടും ഈശോ വളരെയധികം വിലമതിക്കുന്നു.ഈശോയെ നാം എത്ര സ്നേഹിച്ചാലും,നാം എത്ര ആത്മീയരാണ് എന്ന് പറഞ്ഞാലും അത് ഒട്ടും അധികമല്ല.നിങ്ങൾ ഏത് അവസ്ഥയിലുള്ള ആത്മീയതയിൽ ആയിരുന്നാലും അതിൽ ആഴപ്പെടുവാനും കൂടുതൽ സ്നേഹിക്കുവാനും ഇനിയും വളരേണ്ടതുണ്ട്.പ്രാർത്ഥനയിൽ തീക്ഷ്ണത കുറയുമ്പോഴും ഈശോയോടുള്ള സ്നേഹത്തിൽ ഒരു ഊർജ്ജം തോന്നാതിരിക്കുമ്പോഴും അതിൽ പരാജയപ്പെടാതെ, ഒരു പടയാളിയെപ്പോലെ നമ്മുടെ ബലഹീനതകളെ വീണ്ടും വീണ്ടും പടവെട്ടി വിജയിക്കുവാൻ നമുക്ക് ശ്രമിക്കാം.ആത്മീയ വളർച്ചയ്ക്കായി ഇതൊക്ക ചെയ്യുമ്പോഴും നമ്മുടെ സ്വന്തം തൃപ്തിക്കല്ലാതെ ഈശോയ്ക്ക് വേണ്ടി ചെയ്യുവാൻ നമുക്ക് കൂടുതലായി ശ്രദ്ധിക്കാം.

നമ്മുടെ ആത്മീയജീവിതത്തിൽ വളരെ അത്യാവശ്യം വേണ്ടുന്ന ഒന്നാണ് വ്യക്തിഗതപ്രാർത്ഥന . 'Quite time', 'Time with Jesus' എന്നൊക്കെ വിശേഷിപ്പിക്കാവുന്ന ഈ അനുദിനപ്രാർത്ഥനാ നേരത്തെ നാം വളരെ കാര്യമായി എടുക്കേണ്ടതുണ്ട്. സ്ഥിരതയോടും അർത്ഥവത്തായും ഈ സമയത്തെ വിനിയോഗിക്കുവാൻ സഹായിക്കുന്ന ലളിതമായ

ആത്മീയ ചിന്തകൾ ഉൾപ്പെടുത്തി 40 ദിവസത്തേക്കുള്ള ഒരു ധ്യാനമാണ് ഈ പുസ്തകത്തിന്റെ ഉള്ളടക്കം. നിങ്ങളുടെ ആത്മീയജീവിതത്തിൽ പുതിയ ഒരു ഉണർവ് പകരുവാൻ 40 ദിവസത്തെ ഈ ഡിവോഷൻ നിങ്ങളെ സഹായിക്കുമെന്ന് വിശ്വസിക്കുന്നു.ഈ പുസ്തകം വഴി അനുനിമിഷം ഈശോയോടൊപ്പം ആയിരിക്കുവാൻ നിങ്ങളെ ഞാൻ സ്നേഹപൂർവ്വം ക്ഷണിക്കുകയാണ്.

ഈശോയിൽ എന്റെ എളിയ ക്ഷണം സ്വീകരിച്ച് നിങ്ങൾ ഈ പുസ്തകം ഫലപ്രദമായി ഉപയോഗിക്കുമെന്ന് വിശ്വസിച്ചുകൊണ്ട് നിർത്തുന്നു.

#let's_breathe_Jesus

കരുണയുടെ 'ആ മുഖം'

ഈശോയുടെ കാര്യങ്ങൾ അന്വേഷിച്ചുവരുന്ന സ്നാപകയോഹനാന്റെ ശിഷ്യരോട്, "വന്നു കാണുക " എന്നാണ് ഈശോ പറയുന്നത്.തന്നെ കുറിച്ച് അറിയണം എന്നുണ്ടെങ്കിൽ ഒന്ന് അനുഭവിച്ചുനോക്കുവാനാണ് ഈശോ ക്ഷണിക്കുന്നത്.ഈശോയെ എക്സ്പീരിയൻസ് ചെയ്തു നോക്കിയവർക്ക് പിന്നെ തിരിഞ്ഞു നോക്കേണ്ടി വന്നിട്ടില്ല എന്നുള്ളതാണ് എല്ലാ ക്രിസ്ത്യാനുഭവ സാക്ഷ്യങ്ങളും പറയുന്നത്. തന്റെ ഉയിർപ്പിനെ സംശയിച്ച തോമസ് അപ്പോസ്തലനോട് തന്റെ മുറിവുകളിൽ വിരലിട്ടു നോക്കുവാനാണ് ഈശോ പറയുന്നത്.തന്നോടും തന്റെ തിരുസഭയോടും സംശയം പുലർത്തുന്നവരോട് പ്രാർത്ഥനകളും ബൈബിൾ വായനയും ഒക്കെ ഒന്ന് പരീക്ഷിച്ചുനോക്കുവാനാണ് അവിടുന്ന് ആവശ്യപ്പെടുന്നത്, ഒരു 'challenge' പൊലെ. ജപമാല ചൊല്ലുമ്പോൾ പരിശുദ്ധ മറിയത്തോടൊപ്പം ഈശോയെയാണല്ലോ നാം ധ്യാനിക്കുന്നത്.ജപമാല പ്രാർത്ഥനയോട് വിരക്തിയോ സംശയമോ ഉണ്ടെങ്കിൽ അതിനുള്ള ഏറ്റവും നല്ല പരിഹാരം തുടർച്ചയായി ജപമാല ചൊല്ലുക എന്നതാണ്. എല്ലാ സംശയങ്ങളും ഉറപ്പായും മാറിക്കിട്ടും.ആത്മീയതയുടെ,ശാസ്ത്രപരവും സാങ്കേതികപരവും ആയ വശങ്ങളെ കുറിച്ചൊക്കെ പഠിച്ചു 'ബുദ്ധി' കൊണ്ട് ദൈവത്തെ അറിയുവാൻ ശ്രമിച്ചുകൊണ്ടിരുന്നാൽ, ക്രിസ്തുവിനെ അനുഭവിച്ചറിയുന്നതിലൂടെ കിട്ടുന്ന വിശ്വാസബോധ്യങ്ങളും നിത്യജീവിതത്തിലുള്ള ഉറപ്പും കിട്ടണമെന്നില്ല. അതുകൊണ്ട് തന്നെ ഈശോയെ ബുദ്ധി കൊണ്ട് അറിയുന്നതോടൊപ്പം ഹൃദയം കൊണ്ട് അറിയുവാനും നമുക്ക് ശ്രമിക്കാം.

ഈ എളിയ പുസ്തകത്തിന് അവതാരിക എഴുതാനായി സമീപിച്ചപ്പോൾ വളരെ താല്പര്യത്തോടുകൂടി അത് ഏറ്റെടുത്തു നിർവഹിച്ചത് ബഹു. ഫാദർ കോസ്മോസ് ആണ്. അവതാരിക എഴുതാനും അതിലുപരി തെറ്റുകൾ തിരുത്താനും കാണിച്ച അച്ചന്റെ സന്മനസ്സിന് യേശുനാമത്തിൽ നന്ദി സമർപ്പിക്കുന്നു.

മഹത്തായ പൗരോഹിത്യ അഭിഷേകം ലഭിച്ച ഫാ. കോസ്മോസിനെ പൊലെ ഒരു പുരോഹിതനിൽ നിന്നും പരിഗണന കിട്ടിയ ഈ എളിയ പുസ്തകം വളരെയധികം അനുഗ്രഹീതമാണ്.

ഈ ഡിവോഷൻ ഉപയോഗിക്കേണ്ട വിധം.

40 ദിവസങ്ങൾ തുടർച്ചയായി, 15 മുതൽ 30 മിനിറ്റുകൾ വരെ അനുദിനം ഉപയോഗിക്കേണ്ട രീതിയിൽ തയ്യാറാക്കിയിട്ടുള്ള ഒരു ഡിവോഷൻ ആണിത്. ഈ 40 ദിവസങ്ങൾ നിങ്ങളുടെ സൗകര്യാർത്ഥം എങ്ങനെ വേണമെങ്കിലും തെരഞ്ഞെടുക്കാവുന്നതാണ്. ദുഖവെള്ളിക്ക് മുൻപുള്ള നോമ്പുകാലത്തോ, ക്രിസ്തുമസിന് മുൻപോ, ഏതെങ്കിലും തിരുനാളുകൾക്ക് മുൻപോ 40 ദിവസങ്ങൾ ആ വിശിഷ്ട ദിനത്തിന് വേണ്ടി ഒരുങ്ങുവാനായി ഈ ഡിവോഷൻ ഉപയോഗിക്കാവുന്നതാണ്. ഈ രീതിയില്ലല്ലെങ്കിൽ പോലും എപ്പോഴാണോ ഈശോയോട് കുറേക്കൂടി അടുക്കുവാൻ നിങ്ങൾക്ക് പ്രചോദനം ലഭിക്കുന്നത്,അപ്പോൾ തന്നെ ഈ പുസ്തകം ഉപയോഗിച്ച് തുടങ്ങാവുന്നതാണ്.

ഓരോ ദിവസവും ഓരോ ലളിതമായ വിഷയത്തെക്കുറിച്ചാണ് നാം ധ്യാനിക്കുന്നത്. ഒരു പ്രത്യേക ദൈവവചനത്തോടെ ആരംഭിക്കുന്ന ധ്യാനം, അന്നേ ദിനത്തെ വിഷയത്തെ സംബന്ധിക്കുന്ന കുറച്ചു ചിന്തകൾ പങ്കുവച്ചുകൊണ്ട് ഒരു ബൈബിൾ വചനഭാഗ വായനയിലേക്ക് കടക്കുന്നു. ശേഷം ഒരു ചെറിയ പ്രാർത്ഥനയും ഒരു പ്രത്യേക വിശുദ്ധനെ ഓർത്തുള്ള പ്രാർത്ഥനയും നൽകിയിട്ടുണ്ട്.പിന്നീട് അനുദിനമുള്ള പ്രാർത്ഥന- സമർപ്പണമേഖലയും,ആത്മീയമേഖലയിൽ വളരുവാനുള്ള ഒരു പ്രവൃത്തിയും നിർദ്ദേശിക്കുന്നു.ഇത്രയും ഭാഗങ്ങൾക്ക് ശേഷം നിങ്ങളുടെ ചിന്തകളും, അന്നത്തെ ബൈബിൾ വായനയിലൂടെ നിങ്ങൾക്ക് ലഭിക്കുന്ന പുതിയ വെളിപ്പെടുത്തലുകളും, നിങ്ങളുടെ പുതിയ തീരുമാനങ്ങളും കുറിക്കുവാനായി 'കുറിപ്പുകൾ' എന്ന ഒരു ഭാഗവും ഉൾപെടുത്തിയിട്ടുണ്ട്.ഈ ഡിവോഷനിൽ ഉടനീളം

നൽകിയിട്ടുള്ള ബൈബിൾ വചനങ്ങൾ ഒന്നും വിട്ടുകളയാതെ ശ്രദ്ധയോടെ വായിച്ചു ധ്യാനിക്കണമെന്ന് ഓർമ്മിപ്പിക്കുന്നു. ബൈബിൾ വചനം ധ്യാനിക്കുകയാണ് ഈ ഡിവോഷനിൽ ഏറ്റവും പ്രധാനം.

ഈ ഡിവോഷൻ ഉപയോഗിച്ചതിനുശേഷം നിങ്ങൾക്ക് ഇതൊരു ഡയറി പൊലെ സൂക്ഷിക്കുകയും,വീണ്ടും വീണ്ടും 40 ദിവസത്തെ ധ്യാനം പുതുക്കുകയും ചെയ്യാവുന്നതാണ്.അവസാനഭാഗത്ത് വചനങ്ങളും ചിന്തകളും പുതിയ തീരുമാനങ്ങളും കുറിക്കുവാനായി കുറച്ചു പേജുകളും ഉൾപ്പെടുത്തിയിട്ടുണ്ട്.

1

ദിവസം-1 എന്റെ ജീവിതം എന്തിനു വേണ്ടി?

"ഏകസത്യദൈവമായ അവിടുത്തെയും അങ്ങ് അയച്ച യേശുക്രിസ്തുവിനെയും അറിയുക എന്നതാണ് നിത്യജീവൻ".

യോഹന്നാൻ -17 : 3

പിതാവായ ദൈവം തന്റെ ദൈവികതയുടെ പൂർണതയിൽ തന്നോട് കൂടെയായിരിക്കുവാൻ മനുഷ്യരെ സൃഷ്ടിച്ചു. എന്നാൽ തന്റെ പദ്ധതിക്ക് എതിരായി അവർ പാപം ചെയ്തു സ്വർഗം നഷ്ടമാക്കിയതിനാൽ അവനോടു കൂടെയായിരിക്കുവാൻ പിതാവും ആദിമനുഷ്യന്റെ കൂടെ ഏദൻ തോട്ടത്തിൽ നിന്നിറങ്ങി. തന്റെ മക്കൾ ഇല്ലാത്ത ഏദൻ തോട്ടത്തിൽ പിതാവിന് സന്തോഷത്തോടെ ആയിരിക്കാൻ കഴിയുമോ?അന്ന് മുതൽ മനുഷ്യനെ വീണ്ടെടുക്കുന്നതിനാണ് നമ്മുടെ സ്നേഹപിതാവ് നിരന്തരം പ്രവർത്തിച്ചുകൊണ്ടിരുന്നത്.മനുഷ്യൻ തന്നെ അറിയുവാനും അനുഭവിക്കാനും തന്നോട് ചേർന്നു നിൽക്കുവാനും പല സാഹചര്യങ്ങളും അവിടുന്ന് അവന് അനുവദിച്ചു

നല്‍കുന്നു. ദു:ഖദുരിതങ്ങളും, ദൈവത്തോട് കൂടുതല്‍ അടുക്കുവാനുള്ള അവസരങ്ങളായി കരുതി പൂര്‍ണഹൃദയത്തോടെ നാം ഏറ്റെടുക്കണം.

തന്റെ കുടുംബമായ സഭയില്‍ മനുഷ്യനെ ചേര്‍ത്തണയ്ക്കാന്‍ ഒരു രക്ഷകനായി സ്വന്തം പുത്രനെ പിതാവ് അയച്ചു. അവിടുത്തെ സൃഷ്ടികളായ മനുഷ്യര്‍ യേശുക്രിസ്തുവില്‍ എകമനസ്സോടെ, സഹോദരരെപോലെ, ഒരു കുടുംബമായി, സ്വന്തം മക്കളായി ഒരുമിച്ചു വസിക്കാനാണ് ദൈവപിതാവ് ആഗ്രഹിക്കുന്നത്. അതിന് നമ്മെ സഹായിക്കുവാനാണ് പരിശുദ്ധാത്മാവിനെ അവിടുന്ന് നമുക്ക് ദാനമായി നല്‍കിയത്. അങ്ങനെ കൂദാശകളില്‍ നിറഞ്ഞു നില്‍ക്കുന്ന പരിശുദ്ധാത്മാവ് വഴി മനുഷ്യനെ ദൈവം തന്നോട് ചേര്‍ത്ത് നിര്‍ത്തുന്നു. നമ്മുടെ ജീവിതം സ്വര്‍ഗീയ അപ്പനോട് ചേര്‍ന്നുനിന്ന് അവിടുത്തെ ഹിതംനിറവേറ്റി, നിത്യജീവന്‍ പ്രാപിക്കാന്‍ വേണ്ടിയുള്ള ഒരു വിളിയാണ്.

❧

വചനവായനയ്ക്കായ് -

സങ്കീര്‍ത്തനം : 8

പ്രാര്‍ത്ഥന

എന്റെ നല്ല ഈശോയെ, എന്റെ ജീവിതം എന്തിനു വേണ്ടി ഉള്ളതാണെന്ന് ഞാന്‍ മനസിലാക്കുന്നു. എന്റെ സ്വര്‍ഗീയ അപ്പന്‍ എനിക്ക് അനുവദിക്കുന്ന എല്ലാവിധ ജീവിതസാഹചര്യങ്ങളും സ്വീകരിച്ച് അങ്ങയെ അന്വേഷിച്ചറിഞ്ഞു എന്നും അങ്ങയോട് ചേര്‍ന്നിരിക്കാന്‍

എന്നെ പരിശീലിപ്പിക്കണമേ.എന്റെ എല്ലാ പ്രവൃത്തികളും ഈശോയെ, അങ്ങേക്ക് വേണ്ടി ചെയ്യുവാൻ എന്നെ എപ്പോഴും ഓർമിപ്പിക്കേണമേ. ആമേൻ.

വിശുദ്ധരെഒാർക്കാം

വി. തോമസ് അക്വിനാസേ, ദൈവത്തെ കൂടുതലായി അന്വേഷിക്കാനും സർവശക്തന്റെ പ്രവൃത്തികളെ കുറിച്ച് പഠിക്കുവാനും വേണ്ടുന്ന 'അതിയായ' ആഗ്രഹം ലഭിക്കാൻ എനിക്ക് വേണ്ടി മാധ്യസ്ഥം വഹിക്കേണമേ.

അനുദിനസമർപ്പണം

ഇന്നേദിവസം ഞാൻ ചെയ്യുന്ന എല്ലാ നന്മപ്രവർത്തികളും എന്റെ പ്രാർത്ഥനകളും സത്യദൈവത്തെ അറിയാത്ത മനുഷ്യർക്ക് വേണ്ടി സമർപ്പിക്കുന്നു.

നിർദേശം

ദിവസവും ഒരു നിശ്ചിത സമയം(അര മണിക്കൂർ)ബൈബിൾ വായനയ്ക്കു മാറ്റിവയ്ക്കുമെന്ന് തീരുമാനിക്കുന്നത് ഉചിതമായിരിക്കും.

കുറിപ്പുകള്‍

'എന്റെ കര്‍ത്താവേ, എന്റെ ദൈവമേ...'

2

ദിവസം-2 എനിക്ക് എങ്ങനെ എന്റെ ദൈവത്തെ അനുഭവിച്ചറിയാൻ സാധിക്കും?

"ലോകസൃഷ്ടിമുതൽ ദൈവത്തിന്റെ അദൃശ്യപ്രകൃതി, അതായത് അവിടുത്തെ അനന്തശക്തിയും ദൈവത്വവും, സൃഷ്ടവസ്തുക്കളിലൂടെ സ്പഷ്ടമായി അറിഞ്ഞിട്ടുണ്ട്."
റോമാ 1 : 19-20

ഓരോ മനുഷ്യന്റെ ഹൃദയത്തിലും ദൈവത്തെ അറിയുവാനും അനുഭവിക്കുവാനും ഉള്ള ദാഹം ഉണ്ട്.നാമതറിയാതെ പോവുകയും ലൗകികമായ സന്തോഷങ്ങൾ അധികമായി അന്വേഷിക്കുകയും ചെയ്യുന്നു.നമ്മുടെ ഉള്ളിൽ ഇന്നും സഞ്ചരിക്കുന്നത് നമ്മെ സൃഷ്ടിച്ച പിതാവിന്റെ ശ്വാസമാണ്. അതുകൊണ്ടുതന്നെ പിതാവിനെ അനുഭവിച്ചു ജീവിക്കുന്നത്

ലളിതമാണ്."ഭൂമുഖം മുഴുവന്‍ വ്യാപിച്ചുവസിക്കാന്‍ വേണ്ടി അവിടുന്ന് ഒരുവനില്‍നിന്ന് എല്ലാ ജനപദങ്ങളെയും സൃഷ്ടിച്ചു; അവര്‍ക്കു വിഭിന്നകാലങ്ങളും വാസഭൂമികളും നിശ്ചയിച്ചുകൊടുത്തു.ഇത് അവര്‍ ദൈവത്തെ അന്വേഷിക്കുന്നതിനും ഒരുപക്ഷേ, അനുഭവത്തിലൂടെ അവിടുത്തെ കണ്ടെത്തുന്നതിനും വേണ്ടിയാണ്.എങ്കിലും, അവിടുന്ന് നമ്മിലാരിലും നിന്ന് അകലെയല്ല. എന്തെന്നാല്‍,അവിടുന്നില്‍ നാം ജീവിക്കുന്നു; ചരിക്കുന്നു; നിലനില്‍ക്കുന്നു."(അപ്പ. പ്രവര്‍ത്തനങ്ങള്‍ 17 : 26-28)

നാം കാണുന്നതും കേള്‍ക്കുന്നതും പ്രവര്‍ത്തിക്കുന്നതുമായ എല്ലാകാര്യങ്ങളിലും ദൈവത്തെ അനുഭവിക്കുവാന്‍ നമുക്ക് ആഗ്രഹിക്കാം. നമുക്കു ചുറ്റുമുള്ള സൃഷ്ടികളെ നോക്കൂ. ഒരു ചിത്രകാരന്‍ തന്റെ ചിത്രത്തിന് ചുവടെ തന്റെ പേര് എഴുതി ചേര്‍ക്കുകയും ആ ചിത്രാ കാണുന്ന നാം ചിത്രകാരനെ വാഴ്ത്തുകയും ചെയ്യാറില്ലേ. അതുപോലെ പ്രകൃതിയില്‍നിന്നുള്ളവയും മനുഷ്യനിര്‍മ്മിതമായവയും തങ്ങളുടെ സ്രഷ്ടാവിന്റെ നാമം പേറുന്നു, മനുഷ്യരായ നാം ഉള്‍പ്പെടെ. ജീവിതത്തിലെ ഓരോ നിമിഷവും സ്രഷ്ടാവായ ദൈവപിതാവിനെ അനുഭവിക്കുവാനും സൃഷ്ടികളെ പ്രതി അവിടുത്തെ സ്തുതിക്കുവാനും നമുക്ക് സാധിക്കണം. ദൈവത്തെ അനുഭവിക്കുക എന്ന ആഗ്രഹത്തില്‍ ജീവിക്കുമ്പോള്‍ നമുക്ക് ചുറ്റുമുള്ളതൊക്കെ നന്മയായി മാറുന്നത് നമുക്ക് അറിയുവാന്‍ കഴിയും. ഇസ്രയേല്‍ ജനത്തെക്കുറിച്ച് ഏശയ്യായുടെ പുസ്തകത്തില്‍ നമുക്ക് ഇങ്ങനെ കാണുവാന്‍ സാധിക്കും "അവരുടെ ഉത്സവങ്ങളില്‍ വീണയും കിന്നരവും തപ്പും കുഴലും വീര്യമേറിയ വീഞ്ഞും ഉണ്ട്. എന്നാല്‍, അവര്‍ കര്‍ത്താവിന്റെ പ്രവൃത്തികളെക്കുറിച്ചു ചിന്തിക്കുകയോ അവിടുത്തെ കരവേലകളെ നോക്കുകയോ

ചെയ്യുന്നില്ല."(ഏശയ്യാ 5 : 12) എന്നാൽ ഈ ലോകത്തിൽ നന്മയും സന്തോഷവും അനുഭവിക്കുമ്പോഴും,അവയിൽ എല്ലാം കർത്താവിന്റെ പ്രവർത്തികളെ ധ്യാനിക്കുവാൻ നമുക്ക് ശ്രമിക്കാം.ഇത് ശീലിക്കുന്നത് വഴി പതിയെ നമ്മുടെ ജീവിതത്തിൽ ദൈവം നേരിട്ട് ഇടപെട്ട് വ്യക്തിപരമായി പുതിയ ദൈവിക അനുഭവങ്ങൾ നൽകുന്നത് കാണുവാൻ സാധിക്കും.

"എങ്കിലും, നന്മ പ്രവർത്തിക്കുകയും, ആകാശത്തുനിന്നു മഴയും ഫലപുഷ്ടമായ കാലാവസ്ഥയും നിങ്ങൾക്കു പ്രദാനം ചെയ്യുകയും, ആഹാരവും ആനന്ദവും നൽകി നിങ്ങളുടെ ഹൃദയങ്ങളെ നിറയ്ക്കുകയും ചെയ്തുകൊണ്ട് അവിടുന്നു തനിക്കു സാക്ഷ്യം നൽകിക്കൊണ്ടിരുന്നു."(അപ്പ. പ്രവർ ത്തനങ്ങൾ 14 : 16-17)

൭

വചന വായനയ്ക്കായി

ജ്ഞാനം 13:1-9,സങ്കീർത്തനം 19.

പ്രാർത്ഥന

സ്വർഗീയ പിതാവേ,അങ്ങ് അത്യുന്നതനും, സർവ്വശക്തനും,നിത്യമായ സ്തുതിക്ക് ഏറ്റവും അർഹനും ആണല്ലോ. അങ്ങയുടെ എളിയ സൃഷ്ടിയായ ഞാൻ അങ്ങയുടെ സൃഷ്ടികളിൽ അങ്ങയെ അനുഭവിക്കുവാനും അവയെ പ്രതി അങ്ങയെ നിരന്തരം സ്തുതിക്കുവാനും ആഗ്രഹിക്കുന്നു. ഈശോയെ, വചനത്തിൽ തെളിയുന്ന അങ്ങയുടെ മുഖം സൃഷ്ടികളിലും എനിക്ക് ചുറ്റുമുള്ള മനുഷ്യരിലും ദർശിക്കുവാൻ എന്നെ അനുഗ്രഹിക്കേണമേ.

ദൈവാനുഭവത്തിന് വേണ്ടി ദാഹിക്കുന്ന ഒരു ഹൃദയം എനിക്ക് നല്‍കണമേ.

വിശുദ്ധരെഓര്‍ക്കാം

വിശുദ്ധ കൊച്ചുത്രേസ്യയെ, എളിയ കാര്യങ്ങളില്‍ ദൈവത്തെ അനുഭവിക്കാനുള്ള കൃപയ്ക്ക് വേണ്ടി എനിക്കായി മാധ്യസ്ഥം വഹിക്കേണമേ.

അനുദിനസമര്‍പ്പണം

ഇന്നേദിവസം ഞാന്‍ ചെയ്യുന്ന എല്ലാ നന്മപ്രവര്‍ത്തികളും എന്റെ പ്രാര്‍ത്ഥനകളും ലോകത്തിലെ എല്ലാ മനുഷ്യരും സത്യ ദൈവത്തെ കണ്ടെത്തുവാനുള്ള കൃപയ്ക്ക് വേണ്ടി സമര്‍പ്പിക്കുന്നു.

നിര്‍ദ്ദേശം

അനുദിന യാത്രകളിലും, ഒഴിവ് വേളകളിലും, ചുറ്റും കാണുന്നവയിലും , അനുഭവിക്കുന്നവയിലും ദൈവത്തെ കാണാനും അവിടുത്തെ മഹത്വപ്പെടുത്തുവാനും പരിശീലിക്കുന്നത് ഉചിതമായിരിക്കും.

കുറിപ്പുകൾ

3

ദിവസം-3 ദൈവം എന്തിനാണ് മനുഷ്യനായി അവതരിച്ചത്?

"അവൻ അവരെ പഠിപ്പിക്കാൻ തുടങ്ങി:
ആത്മാവിൽ ദരിദ്രരായവർ ഭാഗ്യവാന്മാർ ; സ്വർഗരാജ്യം
അവരുടേതാണ്.വിലപിക്കുന്നവർ ഭാഗ്യവാന്മാർ ; അവർ
ആശ്വസിപ്പിക്കപ്പെടും.ശാന്തശീലർ ഭാഗ്യവാന്മാർ ; അവർ ഭൂമി
അവകാശമാക്കും.നീതിക്കുവേണ്ടി വിശക്കുകയും
ദാഹിക്കുകയും ചെയ്യുന്നവർ ഭാഗ്യവാന്മാർ ; അവർക്കു
സംതൃപ്തി ലഭിക്കും.കരുണയുള്ളവർ ഭാഗ്യവാന്മാർ ;
അവർക്കു കരുണ ലഭിക്കും.ഹൃദയശുദ്ധിയുള്ളവർ
ഭാഗ്യവാന്മാർ ; അവർ ദൈവത്തെ കാണും.സമാധാനം
സ്ഥാപിക്കുന്നവർ ഭാഗ്യവാന്മാർ ; അവർ
ദൈവപുത്രന്മാരെന്നു വിളിക്കപ്പെടും.നീതിക്കുവേണ്ടി
പീഡനം ഏല്ക്കുന്നവർ ഭാഗ്യവാന്മാർ ; സ്വർഗ്ഗരാജ്യം
അവരുടേതാണ്.എന്നെപ്രതി മനുഷ്യർ നിങ്ങളെ
അവഹേളിക്കുകയും പീഡിപ്പിക്കുകയും എല്ലാവിധ തിന്മകളും
നിങ്ങൾക്കെതിരേ വ്യാജമായി പറയുകയും ചെയ്യുമ്പോൾ
നിങ്ങൾ ഭാഗ്യവാന്മാർ ;നിങ്ങൾ ആനന്ദിച്ചാഹ്ളാദിക്കുവിൻ ;

"

സ്വർഗ്ഗത്തിൽ നിങ്ങളുടെ പ്രതിഫലം വലുതായിരിക്കും.
നിങ്ങൾക്കു മുമ്പുണ്ടായിരുന്ന പ്രവാചകന്മാരെയും അവർ
ഇപ്രകാരം പീഡിപ്പിച്ചിട്ടുണ്ട്."
മത്തായി 5 : 1-12

ℜ

ദൈവരാജ്യത്തിൽ അംഗത്വം ലഭിക്കുവാൻ നാം പാലിക്കേണ്ട
കൽപ്പനകൾ ആണ് സുവിശേഷഭാഗ്യങ്ങൾ. 33 വർഷത്തെ,
'മനുഷ്യൻ' ആയുള്ള ഈശോയുടെ ജീവിതത്തിന്റെ
സത്തയാണ് 8 സുവിശേഷഭാഗ്യങ്ങൾ. മനുഷ്യൻ
എങ്ങനെയാണ് ജീവിക്കേണ്ടത് എന്നുള്ള നിർദേശങ്ങൾ
ഉൾക്കൊള്ളുന്ന ഈ സുവിശേഷഭാഗ്യങ്ങൾ ഈശോ വെറുതെ
കല്പിച്ചു കടന്നുപോവുക മാത്രമല്ല, മറിച്ച് അവ ജീവിച്ചു
കാണിക്കുകയായിരുന്നു. ഒരു മനുഷ്യന് ദൈവത്തിന്റെ
കൃപയാൽ ഈ 'കല്പനകൾ' അനുസരിച്ച് ജീവിക്കാൻ
സാധിക്കും എന്ന് അവിടുന്ന് തെളിയിച്ചു. യഥാർത്ഥ
ആനന്ദത്തിലേക്കുള്ള സുവിശേഷഭാഗ്യങ്ങൾ എങ്ങനെ
പാലിക്കണമെന്ന് തന്റെ ജീവിതശൈലിയിലൂടെ അവിടുന്ന്
നമുക്ക് മനസ്സിലാക്കി തന്നു. ഈശോ വരച്ചിട്ട ആ
പാതയിലൂടെ തന്നെയാണ് ക്രിസ്തുവിന്റെ യഥാർത്ഥ
അനുയായികളാകാൻ നാമും സഞ്ചരിക്കേണ്ടത്.ദൈവം
മനുഷ്യനായ് അവതരിച്ചതിന്റെ ഏറ്റവും പ്രധാന
ലക്ഷ്യങ്ങളിലൊന്ന് എങ്ങനെ ഒരു ദൈവമകനായി,
ദൈവമകളായി ജീവിക്കണം എന്ന് നമ്മെ പഠിപ്പിക്കുക
എന്നതാണ് .ഈശോ എന്ന പൂർണ്ണ മനുഷ്യനിലൂടെ
സുവിശേഷഭാഗ്യങ്ങൾ ജീവിച്ചുകൊണ്ട് ഏതൊരു മനുഷ്യനും
അവ പാലിക്കുവാൻ സാധിക്കുമെന്ന് അവിടുന്ന് നമുക്ക്
കാണിച്ചുതന്നു . ഈശോ ഒരേസമയം പൂർണ്ണ മനുഷ്യനും
പൂർണ്ണ ദൈവവും ആണല്ലോ.

സുവിശേഷഭാഗ്യങ്ങൾ കൂടുതലായി മനസ്സിലാക്കുവാനും പഠിക്കുവാനും നമുക്ക് ആത്മാർത്ഥമായി ശ്രമിക്കാം. മറ്റൊരു ക്രിസ്തുവായിത്തീരാൻ നമുക്ക് ആഗ്രഹിക്കാം. നമുക്ക് നമ്മുടെ ശ്രമം ദൈവത്തിന് സമർപ്പിക്കാം. നമുക്ക് തീർച്ചയായയും അവ പാലിക്കുവാൻ സാധിക്കും. ദൈവകൃപ ഇല്ലാതെ നമുക്ക് ഒന്നും ചെയ്യുവാൻ കഴിയുകയില്ലല്ലോ."എന്നെ ശക്തനാക്കുന്നവനിലൂടെ എല്ലാം ചെയ്യാൻ എനിക്കു സാധിക്കും."(ഫിലിപ്പി 4 : 13) ഈ ദൈവവചനത്തിൽ പൂർണമായി വിശ്വസിച്ചു നമുക്ക് മുന്നേറാം.

വചന വായനക്കായി

സങ്കീർത്തനം 25, സങ്കീർത്തനം 119.

പ്രാർത്ഥന

ഈശോയെ അങ്ങേയ്ക്കെതിരായി പാപം ചെയ്യാതിരിക്കാൻ അങ്ങയുടെ വചനങ്ങൾ എന്നും ഹൃദയത്തിൽ സൂക്ഷിക്കാൻ എന്നിൽ കൃപ ചൊരിയേണമേ. അങ്ങയുടെ നിയമങ്ങൾ എത്ര വിശിഷ്ടം ആണെന്ന് കാണുവാൻ എന്റെ കണ്ണുകൾ തുറക്കണമേ. അവ അനുദിനം പാലിക്കുവാൻ ശ്രമിച്ച് അങ്ങയെ സന്തോഷിപ്പിക്കാനുള്ള ദാഹം എനിക്ക് നല്കണമേ. ലോക മോഹങ്ങളെക്കാളുമുപരി അവിടുത്തെ കൽപനകളാണ് എന്റെ ആനന്ദം. അവയുടെ യഥാർത്ഥ അർത്ഥം മനസ്സിലാക്കുവാൻ എന്റെ ഹൃദയത്തെ തുറക്കേണമേ. അവയെപ്പറ്റി ധ്യാനിക്കുവാനും അവയെ സ്നേഹിക്കുവാനും എന്നെ പഠിപ്പിക്കണമേ.

പൂർണ്ണഹൃദയത്തോടെ അങ്ങയുടെ പ്രമാണങ്ങൾ അനുസരിച്ച് കൊണ്ട് ദൈവ രാജ്യത്തിന്റെ യഥാർത്ഥ സ്വാതന്ത്ര്യം അനുഭവിക്കാനുള്ള കൃപ എനിക്ക് തരേണമേ.

വിശുദ്ധനെ ഓർക്കാം

അനുസരണത്തിന്റെ വിശുദ്ധനായ വിശുദ്ധ പാദ്രെ പിയോയേ, സുവിശേഷഭാഗ്യങ്ങളിലൂടെ ദൈവഹിതമനുസരിച്ച് ജീവിക്കുവാനുള്ള കൃപയ്ക്കായി എനിക്ക് വേണ്ടി മാധ്യസ്ഥം വഹിക്കേണമേ.

അനുദിനസമർപ്പണം

ഇന്നേദിവസം ഞാൻ ചെയ്യുന്ന എല്ലാ നന്മപ്രവർത്തികളും എന്റെ പ്രാർത്ഥനകളും,ദൈവകല്പനകളെയും തിരുസഭയുടെ കല്പനകളെയും എതിർക്കുന്ന എല്ലാവരുടെയും മാനസാന്തരത്തിനായി സമർപ്പിക്കുന്നു .

നിർദ്ദേശം

സുവിശേഷഭാഗ്യങ്ങൾ മനോഹരമായും ക്രിയാത്മകമായും എഴുതി വീട്ടിലോ, മുറിയിലോ, ജോലിസ്ഥലത്തോ, ചുവരിൽ ഒട്ടിച്ചു അനുദിനം അവ വായിക്കാനുള്ള അവസരം ഉണ്ടാക്കുന്നത് ഉചിതമായിരിക്കും.

കുറിപ്പുകൾ

4

ദിവസം-4 ദൈവം എനിക്ക് ആരാണ്?

"ഞാൻ പിതാവിനോട് അപേക്ഷിക്കുകയും എന്നേക്കും
നിങ്ങളോടു കൂടെയായിരിക്കാൻ മറ്റൊരു സഹായകനെ
അവിടുന്ന് നിങ്ങൾക്കു തരുകയും ചെയ്യും."
യോഹന്നാൻ - 14 : 16

നമ്മുടെ   ജീവിതത്തെ   അർത്ഥമുള്ളതാക്കുന്നത്
ബന്ധങ്ങളാണ്.നമ്മുടെ   കുടുംബവും   സുഹൃത്തുക്കളും
ആണ് നമ്മെ മുന്നോട്ടു ജീവിക്കാൻ പ്രേരിപ്പിക്കുന്നതും.
എന്നാൽ   ഒരു   നിമിഷം   ആലോചിച്ചു   നോക്കൂ,എല്ലാ
ബന്ധങ്ങളും താൽക്കാലികം അല്ലെ? നാം ജനിച്ചു വളർന്ന് നല്ല
സുഹൃത്തുക്കളെ   നേടുന്നതുവരെയും
മാതാപിതാക്കന്മാരോടും   സഹോദരങ്ങളോടും   ഉള്ള
സ്നേഹവും   അടുപ്പവും   മറ്റാരോടും   കാണില്ല   .
സുഹൃത്തുക്കളിൽ   ചിലർ   അടുക്കുമ്പോഴും   മറ്റുചിലർ
അകലുമ്പോഴും   ഓരോ   ബന്ധങ്ങളോടുമുള്ള   ആഴവും
പ്രാധാന്യവും   മാറിക്കൊണ്ടേയിരിക്കും.
വിവാഹജീവിതത്തിലേക്ക്   കടക്കുന്ന   ഒരു   വ്യക്തി,

പങ്കാളിയോടും പിന്നെ കുഞ്ഞുങ്ങളോടും ഉള്ള സ്നേഹബന്ധത്തിന് മുൻഗണന നൽകുന്നു. അതുപോലെ ജീവിതാവസാനം വരെയും നമ്മുടെ സ്നേഹബന്ധങ്ങളിലുള്ള മുൻഗണനാക്രമം മാറിക്കൊണ്ടിരിക്കും.

നമ്മുടെ ഈ ജീവിതത്തിൽ ബന്ധങ്ങളിലുടനീളമുള്ള വിള്ളലുകളും അകൽച്ചയും നഷ്ടങ്ങളും നമ്മെ മുറിപ്പെടുത്തുന്നു. പലപ്പോഴും അവയൊക്കെ അതിജീവിച്ചു നാം മുന്നേറുകയും ചെയ്യുന്നു. ജീവിതാന്ത്യത്തിൽ തിരിഞ്ഞുനോക്കുമ്പോൾ, 'ബന്ധങ്ങൾക്ക് വില നൽകിയ ജീവിതം നയിച്ചു' എന്ന് തോന്നണമെങ്കിൽ ശാശ്വതമായ ഒരു സ്നേഹബന്ധം തീർച്ചയായും നമുക്കുണ്ടാകണം. ഏതു സാഹചര്യത്തിലായാലും നിന്നെ സ്നേഹിക്കുവാനും, തളരുമ്പോൾ താങ്ങുവാനും, കരയുമ്പോൾ നെഞ്ചോട് ചേർക്കുവാനും, ഒരു ദൈവം എന്നും കൂടെയുള്ളപ്പോൾ, യഥാർത്ഥ ആനന്ദം തേടി വേറൊരിടത്തും പോകേണ്ട ആവശ്യമില്ല. അനാഥത്വത്തിൽ നിനക്ക് ആശ്രയിക്കുവാൻ ദൈവത്തിൽ ഒരു അപ്പൻ ഉണ്ട്. നിന്നെ താലോലിക്കാൻ ഒരു അമ്മയായി ദൈവം അരികിലുണ്ട്. നിന്നെ സംരക്ഷിക്കാൻ ഒരു സഹോദരനും, നിനക്ക് കൂട്ടുകൂടാൻ ഒരു ഉറ്റസുഹൃത്തും നിന്റെ അരികിലുള്ളപ്പോൾ നീ എന്തിന് ആകുലപ്പെടണം. സ്വന്തം ബന്ധുക്കളിൽ നിന്നും അർഹിക്കുന്ന സ്നേഹവും പരിഗണനയും കിട്ടാതെ മുറിപ്പെടുമ്പോൾ സ്വർഗ്ഗസ്ഥ പിതാവിനെ സ്വന്തമായി സ്വീകരിച്ച്, സ്നേഹിച്ച്, ആത്മീയ ആനന്ദത്തിൽ നിറഞ്ഞ് ജീവിതം മുഴുവനും സന്തോഷത്തോടെ ജീവിച്ചു തീർക്കുവാൻ പരിശ്രമിക്കാം. "ഞാൻ നിങ്ങളെ അനാഥരായി വിടുകയില്ല. ഞാൻ നിങ്ങളുടെ അടുത്തേക്കു വരും." (യോഹന്നാൻ 14 : 18)

വചന വായനയ്ക്കായി

സങ്കീർത്തനങ്ങൾ- 34,42,62

പ്രാർത്ഥന

എന്റെ പിതാവേ അങ്ങയുമായി ശാശ്വതമായ ഒരു സ്നേഹബന്ധം ഞാൻ ആഗ്രഹിക്കുന്നു.ലോകത്തിലെ ബന്ധങ്ങളിൽ അമിതമായി ആശ്രയിക്കാതെ മറ്റെല്ലാരെക്കാളുമുപരി അങ്ങയോടു അടുക്കുവാൻ എനിക്ക് കൃപ തരണമേ.അങ്ങയോട് ചേർന്നു നിൽക്കുന്നതിൽ ആനന്ദം കണ്ടെത്തുവാൻ എന്നെ അനുഗ്രഹിക്കേണമേ.ഈശോയെ എന്റെ........................ൽ (അച്ഛൻ/അമ്മ/സഹോദരങ്ങൾ/സുഹൃത്തുക്കൾ/ ജീവിതപങ്കാളി/മക്കൾ/......) നിന്നും ഞാൻ മുറിവേറ്റിരിക്കുകയാണെന്ന് നീ അറിയുന്നുവല്ലോ.ആ മുറിവുകൾ ഉണക്കുവാനായി എന്റെ ജീവിതത്തിലേക്ക് അങ്ങ് വരണമേ.ഗാഢമായ ഒരു ബന്ധം അങ്ങുമായി കാത്തുസൂക്ഷിക്കുവാൻ എന്നെ അനുഗ്രഹിക്കേണമേ.ജീവിതാന്ത്യത്തിൽ 'ബന്ധങ്ങൾക്ക് വില നൽകിയ ഒരു ജീവിതം നയിച്ചു' എന്ന് ക്രിസ്തുവിൽ അഭിമാനിക്കുവാൻ എനിക്ക് ഇടവരട്ടെ.എന്റെ എല്ലാ ബന്ധങ്ങളും അതുവഴി വിശുദ്ധീകരിക്കപ്പെടുമാറാകട്ടെ.

വിശുദ്ധനെ ഓർക്കാം

ഈശോയുമായി ആഴമായ സുഹൃത്ത്ബന്ധം പുലർത്തിയിരുന്ന ആവിലായിലെ വിശുദ്ധ അമ്മത്രേസ്യയെ,ഈശോയുമായി ആഴമായ ഒരു ബന്ധത്തിൽ ജീവിക്കുവാനുള്ള കൃപയ്ക്കായി എനിക്ക് വേണ്ടി മാധ്യസ്ഥം

വഹിക്കേണമേ.

അനുദിന സമർപ്പണം

ഇന്നേദിവസം ഞാൻ ചെയ്യുന്ന എല്ലാ നന്മപ്രവർത്തികളും എന്റെ പ്രാർത്ഥനകളും ബന്ധുക്കളിൽനിന്നും മുറിവേറ്റിരിക്കുന്ന എല്ലാ മനുഷ്യർക്കും വേണ്ടി സമർപ്പിക്കുന്നു.

നിർദ്ദേശം

നിങ്ങളുടെ ജീവിതത്തിൽ ഒരു സുപ്രധാന സ്ഥാനം നിശ്ചയിച്ച് ഈശോയെ ആ സ്ഥാനത്തേക്ക് സ്വീകരിക്കുകയും ഈശോയുമായുള്ള ആ ബന്ധം വളർത്തുവാൻ ശ്രമിക്കുന്നതും ഉചിതമായിരിക്കും.

കുറിപ്പുകൾ

5

ദിവസം-5 എന്റെ വിഷമാവസ്ഥയിൽ ഞാൻ ഒറ്റയ്ക്കാണോ?

"സകലത്തെയും തനിക്കു കീഴ്പ്പെടുത്താൻ കഴിയുന്ന ശക്തിവഴി അവൻ നമ്മുടെ ദുർബലശരീരത്തെ തന്റെ മഹത്വമുള്ള ശരീരംപോലെ രൂപാന്തരപ്പെടുത്തും."

ഫിലിപ്പി 3 : 21

നിന്റെ അരികിൽ, പാപമൊഴികെ, നീ കടന്നു പോകുന്ന അതേ അവസ്ഥയിൽ കടന്നുപോയ ഒരു ദൈവമുണ്ട്.അതെ, നീ കടന്നു പോയിട്ടുള്ള, എല്ലാ വിധത്തിലുമുള്ള അവസ്ഥകളിലൂടെയും,നിന്നെക്കാളുമധികമായി കടന്നുപോയ, അവയൊക്കെയും അതിജീവിച്ച ഒരു വ്യക്തി. അത് നീ സ്നേഹിക്കുന്ന, നിന്നെ സ്നേഹിക്കുന്ന ക്രിസ്തു തന്നെയാണ്. സൗഖ്യം നൽകുന്ന മനോഹരമായ ഒരു വചനം നമുക്ക് ഇന്ന് ധ്യാനിക്കാം.

ഏശയ്യ 53:2-5 വായിക്കാം.ഇവയിൽ രണ്ടും മൂന്നും വചനങ്ങൾ ശ്രദ്ധിക്കുക."തൈച്ചെടിപോലെ, വരണ്ട ഭൂമിയിൽ

നിൽക്കുന്ന മുളപോലെ, അവൻ അവിടുത്തെ മുൻപിൽ വളർന്നു. ശ്രദ്ധാർഹമായ രൂപഭംഗിയോ ഗാംഭീര്യമോ ആകർഷകമായ സൗന്ദര്യമോ അവനുണ്ടായിരുന്നില്ല.അവൻ മനുഷ്യരാൽ നിന്ദിക്കപ്പെടുകയും ഉപേക്ഷിക്കപ്പെടുകയും ചെയ്തു. അവൻ വേദനയും ദുഃഖവും നിറഞ്ഞവനായിരുന്നു. അവനെ കണ്ടവർ മുഖം തിരിച്ചുകളഞ്ഞു." ക്രിസ്തുവിനെ കുറിച്ചും അവന്റെ കുരിശുമരണത്തെ കുറച്ചുമുള്ള ഒരു പ്രവചനം ആണിത്. ഈശോ മാനുഷികമായി അനുഭവിച്ചിട്ടില്ലാത്ത സഹനങ്ങൾ വിരളമായിരിക്കും.കുരിശുമരണത്തിൽ ഒറ്റപ്പെടലും അവഹേളനവും അവൻ അനുഭവിച്ചു. തുപ്പലും പരിഹാസവും അവൻ ഏറ്റുവാങ്ങി.ഏവരുടെയും മുൻപിൽ നഗ്നനായി അവൻ കുരിശിൽ കിടന്നു.

സ്വന്തം സൗന്ദര്യത്തിൽ അപകർഷകരായി ജീവിക്കുന്നവരാണ് നമ്മിൽ അധികവും.അധികമായ ഭംഗിയോ ഗാംഭീര്യമോ ആകർഷകമായ സൗന്ദര്യമോ ഈശോയ്ക്ക് ഇല്ലായിരുന്നു എന്ന് ഈ വചനത്തിൽ സൂചിപ്പിക്കുന്നു. നമ്മുടെ ഏറ്റവും വ്യക്തിപരമായ തരത്തിലുള്ള വേദനകൾ പോലും അവനും അനുഭവിച്ചിട്ടുണ്ട്. പിന്നെ നാമെന്തിന് ആകുലപ്പെടണം.നമ്മുടെ എല്ലാ വേദനകളും ഈശോ ഒരിക്കൽ ചുമന്നതാണ്. അവയൊക്കെ സഹിച്ച്, കുരിശ് മരണം ഏറ്റുവാങ്ങി, അതിനെ അതിജീവിച്ച്, ഉയിർത്തെഴുന്നേറ്റ്,പരിപൂർണ്ണനായി, സൂര്യശോഭയുള്ളവനായി,പൂർണ ദൈവമായി. ഒരിക്കൽ പൂർണ മനുഷ്യനായി എല്ലാം സഹിച്ച ഈശോ കൂടെയുള്ളപ്പോൾ നിന്റെ വിഷമങ്ങൾ ആരെക്കാളുമുപരി അവൻ മനസ്സിലാക്കും. അവയെ നന്മയ്ക്കായി മാറ്റുകയും ചെയ്യും. അതിനാൽ ഈശോയുടെ തണലിൽ നീ ശാന്തമായി ഇരിക്കുക.

"ജ്ഞാനസ്നാനംവഴി നിങ്ങൾ അവനോടൊപ്പം സംസ്കരിക്കപ്പെട്ടു; മരിച്ചവരിൽ നിന്ന് അവനെ ഉയിർപ്പിച്ച ദൈവത്തിന്റെ പ്രവർത്തനത്തിലുള്ള വിശ്വാസംനിമിത്തം നിങ്ങൾ അവനോടുകൂടെ ഉയിർപ്പിക്കപ്പെടുകയും ചെയ്തിരിക്കുന്നു." (കൊളോസോസ് 2 : 12).

"കർത്താവായ യേശുക്രിസ്തുവിനെ നിങ്ങൾ സ്വീകരിച്ചിരിക്കുന്നതിനാൽ അവനിൽ ജീവിക്കുവിൻ ." (കൊളോസോസ് 2 : 6)

൭

വചന വായനക്കായ്

പ്രഭാഷകൻ 30:21-25, ഏശയ്യ 9:1-7

പ്രാർത്ഥന

എന്റെ വിഷമങ്ങളെയും എന്റെ ബലഹീനതകളെയും കുറവുകളെയും ദൈവമേ, അങ്ങേക്കു ഞാൻ സമർപ്പിക്കുന്നു.അങ്ങയോടൊപ്പം നിന്ന് അവയെ, എനിക്കും ചുറ്റുമുള്ളവർക്കും നന്മയ്ക്കായി ഉപയോഗിക്കുവാൻ എന്നെ സഹായിക്കേണമേ.മറ്റുള്ളവരിൽ നിന്നും പരിഹാസവും അവജ്ഞയും ഏൽക്കുമ്പോൾ അവയൊക്കെ ക്ഷമയോടെ സഹിച്ച് അങ്ങയുടെ കുരിശിൽ ചേർക്കുവാൻ എന്നെ എപ്പോഴും ഓർമ്മിപ്പിക്കണമേ.അവയൊക്കെയും ആത്മാക്കളുടെ രക്ഷയ്ക്ക് ഉപകരിക്കുമാറാകട്ടെ. എപ്പോഴും അങ്ങയെ പറ്റിച്ചേർന്ന് ജീവിക്കുവാനുള്ള കൃപ എനിക്ക് നൽകേണമേ. ആമേൻ.

വിശുദ്ധനെ ഓർക്കാം

വിശുദ്ധ ജോൺ മരിയ വിയാനിയെ , അങ്ങ് തന്റെ കുറവുകളിൽ ഈശോയിൽ ആശ്രയിച്ച് ദൈവകൃപ സ്വീകരിച്ച് അവയൊക്കെ നിറവുകൾ ആക്കി മാറ്റിയത് പോലെ എന്റെ കുറവുകളിൽ ഈശോയിൽ ശരണപ്പെടുവാൻ ഉള്ള കൃപയ്ക്കായി മാധ്യസ്ഥം വഹിക്കേണമേ.

അനുദിന സമർപ്പണം

ഇന്നേദിവസം ഞാൻ ചെയ്യുന്ന എല്ലാ നന്മപ്രവർത്തികളും എന്റെ പ്രാർത്ഥനകളും ആത്മവിശ്വാസമില്ലാതെ അപകർഷതയോടെ ജീവിക്കുന്ന എല്ലാവർക്കും വേണ്ടി സമർപ്പിക്കുന്നു.

നിർദ്ദേശം

അല്പനേരം ഈശോയുടെ പീഡാനുഭവം ധ്യാനിച്ച്,നമ്മുടെ വേദനകൾ ഈശോയ്ക്ക് സമർപ്പിക്കുന്നത് ഉചിതമായിരിക്കും.

കുറിപ്പുകള്‍

6

ദിവസം-6
ദൈവത്തെപ്രതി
ലജ്ജിതരാകാറുണ്ടോ?

"എന്നെപ്രതി മനുഷ്യർ നിങ്ങളെ അവഹേളിക്കുകയും
പീഡിപ്പിക്കുകയും എല്ലാവിധ തിന്മകളും നിങ്ങൾക്കെതിരേ
വ്യാജമായി പറയുകയും ചെയ്യുമ്പോൾ നിങ്ങൾ ഭാഗ്യവാന്മാർ
;നിങ്ങൾ ആനന്ദിച്ചാഹ്ളാദിക്കുവിൻ ; സ്വർഗ്ഗത്തിൽ
നിങ്ങളുടെ പ്രതിഫലം വലുതായിരിക്കും. നിങ്ങൾക്കു
മുമ്പുണ്ടായിരുന്ന പ്രവാചകന്മാരെയും അവർ ഇപ്രകാരം
പീഡിപ്പിച്ചിട്ടുണ്ട്."
മത്തായി 5 : 11-12

ഈ വചനഭാഗം നമുക്കൊന്ന് വായിക്കാം.ജറെമിയാ 20 : 7-13.
ദൈവത്തിൽ നിന്നും ലഭിക്കുന്ന സന്ദേശങ്ങൾ
പ്രഘോഷിക്കുന്നത് കാരണം നിന്ദയും പരിഹാസവും
ഏറ്റുവാങ്ങുന്ന ജെറമിയ, അവിടുത്തോട് തന്റെ അവസ്ഥയെ
പറ്റി പരാതി പറയുകയാണ്. ഇങ്ങനെ ഒരു അവസ്ഥ നമുക്കും
വരാറില്ലേ. കുറച്ചധികം നേരം ബൈബിൾ വായിച്ച് ധ്യാനിച്ച്

തുടങ്ങുമ്പോള്‍ വീട്ടിലുള്ളവര്‍ ആശ്ചര്യപ്പെട്ടു പരിഹസിച്ചിട്ടില്ലേ? കുര്‍ബാനയ്ക്ക് നേരത്തെ പള്ളിയിലെത്തി പ്രാര്‍ത്ഥിക്കാന്‍ ആരംഭിക്കുമ്പോള്‍ കൂട്ടുകാര്‍ കളിയാക്കിയിട്ടില്ലേ? കൂട്ടുകാര്‍ക്കും ബന്ധുക്കള്‍ക്കും ഇടയില്‍ ക്രിസ്തീയ വിശ്വാസത്തില്‍ ഉറച്ചു നില്‍ക്കേണ്ടി വരുന്ന ചില അവസരങ്ങളില്‍ ഒറ്റപ്പെടുമെന്ന ആശങ്ക കാരണം അവര്‍ക്കൊപ്പം വിശ്വാസത്തിനെതിരെ നിന്നിട്ടില്ലേ? ഓര്‍ത്തു നോക്കൂ,ജെറമിയായയുടെ അവസ്ഥ എനിക്കും നിനക്കും വന്നിട്ടുണ്ട്.ഇങ്ങനെയുള്ള പരീക്ഷണങ്ങളെ അതിജീവിക്കുവാന്‍ യഥാര്‍ത്ഥത്തില്‍ വളരെ എളുപ്പമാണ്. ഈശോയെ കുറച്ചധികം സ്നേഹിച്ചാല്‍ മതി. മറ്റാരെക്കാളും,ഈശോയെ ഹൃദയത്തോട് ചേര്‍ത്തു വച്ചാല്‍ മതി. മറ്റുള്ളവര്‍ ഏതൊക്കെ രീതിയില്‍ നിന്നെ പരിഹസിച്ചാലും,നിനക്ക് ഈശോയോടുള്ള സ്നേഹത്തോളം വ്യാപ്തി അവയ്ക്കൊന്നും ഇല്ലെന്ന് ചങ്കില്‍ എഴുതി ഉറപ്പിച്ചാല്‍ മതി.ഫരിസേയരും പുരോഹിതരും അപ്പോസ്തലന്മാരെ പ്രഹരിക്കുകയും ഇനിമേല്‍ ഈശോയെ കുറിച്ച് സംസാരിച്ചു പോകരുതെന്ന് പറയുകയും ചെയ്തപ്പോള്‍ യേശു നാമത്തെ പ്രതി അപമാനം സഹിക്കാന്‍ യോഗ്യത ലഭിച്ചതിനാല്‍ അവര്‍ സന്തോഷിച്ചതുപോലെ നമുക്കും സന്തോഷിക്കാം. (അപ്പസ്തോല പ്രവര്‍ത്തനങ്ങള്‍ 5:40-41). സ്വര്‍ഗ്ഗത്തില്‍ നമുക്കായി വലിയൊരു പ്രതിഫലം ഈശോ കാത്തു വച്ചിരിക്കും.

വിശ്വാസത്തിന് മങ്ങലേല്‍ക്കുന്ന പുതുതലമുറക്ക് നാം ചെയ്യുന്ന ചെറിയ കാര്യങ്ങള്‍പോലും വിശ്വാസവര്‍ദ്ധനവിന് സഹായകമാകട്ടെ.ഈശോയെപ്രതിയുള്ള എല്ലാ പരിഹാസങ്ങളെയും സന്തോഷത്തോടെ ഏറ്റുവാങ്ങുന്ന ഒരു തലമുറയെ നമുക്ക് വാര്‍ത്തെടുക്കാം."എന്നെപ്രതി മനുഷ്യര്‍ നിങ്ങളെ അവഹേളിക്കുകയും പീഡിപ്പിക്കുകയും എല്ലാവിധ

തിന്മകളും നിങ്ങൾക്കെതിരേ വ്യാജമായി പറയുകയും ചെയ്യുമ്പോൾ നിങ്ങൾ ഭാഗ്യവാന്മാർ;നിങ്ങൾ ആനന്ദിച്ചാഹ്ലാദിക്കുവിൻ ; സ്വർഗത്തിൽ നിങ്ങളുടെ പ്രതിഫലം വലുതായിരിക്കും. നിങ്ങൾക്കു മുമ്പുണ്ടായിരുന്ന പ്രവാചകന്മാരെയും അവർ ഇപ്രകാരം പീഡിപ്പിച്ചിട്ടുണ്ട്."(മത്തായി 5 : 11-12).

⌇

വചന വായനക്കായി

സങ്കീർത്തനങ്ങൾ-17

പ്രാർത്ഥന

എന്റെ പ്രിയപ്പെട്ട ഈശോയെ, നിന്നെ പ്രതി എന്നെ ആരൊക്കെ വിമർശിച്ചാലും പരിഹസിച്ചാലും അങ്ങയുടെ വചനത്തിലും കത്തോലിക്ക വിശ്വാസത്തിലും ഉറച്ചുനിൽക്കുവാൻ എനിക്ക് ധൈര്യവും അചഞ്ചലതയും നൽകണമേ.ലഭിക്കുന്ന അവസരങ്ങളിൽ വിശ്വാസത്തിൽ ഉറച്ചു നിന്ന് അങ്ങയെ മറ്റുള്ളവർക്ക് കാണിച്ചു കൊടുക്കുവാനും ഒരിക്കലും അങ്ങയെ തള്ളിപ്പറയാതിരിക്കുവാനുമുള്ള വലിയ കൃപ എന്നിൽ ചൊരിയേണമേ. അങ്ങയോടുള്ള സ്നേഹത്തിൽ അചഞ്ചലനായി നിലകൊള്ളുവാൻ എന്നെ എപ്പോഴും ഓർമ്മിപ്പിക്കേണമേ.

വിശുദ്ധനെ ഓര്‍ക്കാം

വിശ്വാസത്തില്‍ ധീരതയോടെ നിലനിന്ന വിശുദ്ധ പൗലോസേ, ഈശോയെ പ്രതി സ്വയം ഇല്ലാതാകുന്നതില്‍ അഭിമാനിക്കാനുള്ള കൃപയ്ക്ക് വേണ്ടി എനിക്കായി പ്രാര്‍ത്ഥിക്കേണമേ.

അനുദിന സമര്‍പ്പണം

ഇന്നേദിവസം ഞാന്‍ ചെയ്യുന്ന എല്ലാ നന്മപ്രവര്‍ത്തികളും എന്റെ പ്രാര്‍ത്ഥനകളും ലോകത്തിലെ വിവിധ സാഹചര്യങ്ങളില്‍ ഈശോയെ അറിയില്ല എന്ന് പറഞ്ഞു തള്ളിക്കളയുന്ന എല്ലാവര്‍ക്കും വേണ്ടി സമര്‍പ്പിക്കുന്നു.

നിര്‍ദ്ദേശം

ഈശോയെ പ്രതി ലജ്ജിതനായ അവസരങ്ങളും ഈശോയെ തള്ളി പറയേണ്ടി വന്ന അവസരങ്ങളും ഉണ്ടായിട്ടുണ്ടോ എന്ന് വിശകലനം ചെയ്ത് അതു പോലുള്ള അവസരങ്ങളില്‍ ഇനി എങ്ങനെ പ്രതികരിക്കും എന്ന് തീരുമാനിക്കുന്നത് ഉചിതമായിരിക്കും.

കുറിപ്പുകൾ

7

ദിവസം -7 എന്തുകൊണ്ട് ഞാൻ തിന്മ ചെയ്യാതിരിക്കണം.

"ആകയാൽ , നാം ഓരോരുത്തരും ദൈവത്തിന്റെ മുമ്പിൽ
കണക്കു ബോധിപ്പിക്കേണ്ടിവരും."

റോമാ 14 : 12

തിന്മയിൽ നിന്നും ഒഴിഞ്ഞുനിൽക്കുന്നതിന് കൽപ്പനകൾ വഴി കുഞ്ഞുനാൾ മുതലേ നാം പരിശീലിപ്പിക്കപ്പെട്ടിട്ടുണ്ട്.തിന്മ ചെയ്യാതിരിക്കുന്നതിന്, അഥവാ തിന്മ ചെയ്യാൻ പ്രോത്സാഹിപ്പിക്കപ്പെടാതിരിക്കുന്നതിന് പല കാരണങ്ങളും ഉണ്ട്. അതിൽ ഏറ്റവും പ്രധാനമായ കാരണം നമ്മുടെ ബുദ്ധിയിൽ സ്വതവേ രൂപപ്പെടുന്ന ഭയം ആണ്.മരണശേഷമുള്ള നരകവും,ശുദ്ധീകരണസ്ഥലത്തെ ദിവസങ്ങളും ഓർക്കുമ്പോൾ തിന്മയിൽ നിന്നും മാറിനടക്കാൻ നാം ശ്രമിക്കുന്നു.നമ്മുടെ എല്ലാ പ്രവൃത്തികൾക്കും നാമോരോരുത്തരും ദൈവത്തിനു മുൻപിൽ കണക്ക് ബോധിപ്പിക്കേണ്ടിവരും."ഇപ്രകാരം എഴുതപ്പെട്ടിരിക്കുന്നു:

എല്ലാ മുട്ടുകളും എന്റെ മുമ്പിൽ മടങ്ങും; എല്ലാ നാവുകളും ദൈവത്തെ പുകഴ്ത്തുകയും ചെയ്യും എന്നു കർത്താവു ശപഥപൂർവം അരുളിച്ചെയ്യുന്നു.ആകയാൽ , നാം ഓരോരുത്തരും ദൈവത്തിന്റെ മുമ്പിൽ കണക്കു ബോധിപ്പിക്കേണ്ടിവരും." (റോമാ 14 : 11-12)

നമ്മുടെയും സഹോദരന്മാരുടെയും സമൂഹത്തിന്റെ തന്നെയും നന്മയ്ക്കായും നാം തിന്മ ചെയ്യുന്നതിൽ നിന്നും ഒഴിഞ്ഞു നിൽക്കേണ്ടതാണല്ലോ. പൗലോസ് അപ്പോസ്തലൻ പറയുന്നതുപോലെ നാം സ്നേഹപൂർവ്വം അന്യോന്യം സഹിഷ്ണുതയോടെ വർത്തിക്കേണ്ടതാണ് (എഫേസോസ് 4:1-6).

എന്നാൽ ഇവയൊക്കെക്കൊളും പ്രധാനമായ കാരണം നമ്മുടെ ശരീരം പരിശുദ്ധാത്മാവിന്റെ ആലയമാണ് എന്നുള്ളതാണ്.(1കൊറിന്തോസ് 6:19-20). പരിശുദ്ധനായ ദൈവം വസിക്കുന്ന സ്ഥലം തിന്മയാൽ കളങ്കിതം ആകുന്നത് നല്ലതാണോ. നമ്മുടെ ഓരോ തിന്മയും പരിശുദ്ധാത്മാവിനെ വേദനിപ്പിക്കുന്നു."നിങ്ങളുടെ അധരങ്ങളിൽ നിന്ന് തിന്മയുടെ വാക്കുകൾ † പുറപ്പെടാതിരിക്കട്ടെ. കേൾവിക്കാർക്ക് ആത്മീയചൈതന്യം പ്രദാനംചെയ്യുന്നതിനായി, അവരുടെ ഉന്നതിക്കുതകുംവിധം നല്ല കാര്യങ്ങൾ സന്ദർഭമനുസരിച്ചു സംസാരിക്കുവിൻ.രക്ഷയുടെ ദിനത്തിനുവേണ്ടി നിങ്ങളെ മുദ്രിതരാക്കിയ ദൈവത്തിന്റെ പരിശുദ്ധാത്മാവിനെ വേദനിപ്പിക്കരുത്."(എഫേസോസ് 4 : 29-30). ആരുടെയും സമ്മർദ്ദം ഇല്ലാതെ തിന്മയിൽ നിന്ന് സന്തോഷത്തോടും പൂർണ്ണഹൃദയത്തോടും കൂടെ ഒഴിഞ്ഞു നിൽക്കുകയല്ലേ ഉത്തമം. 'ഞാനെന്തിന് പാപം ചെയ്യാതിരിക്കണം'എന്നതിനുത്തരം ഈശോ ആകുന്ന വചനം തന്നെ പറഞ്ഞു തരുന്നുണ്ട്. "അങ്ങ് ഞങ്ങളെ, സ്വന്തമായി കണക്കാക്കിയെന്ന് അറിയുന്നതിനാൽ ഞങ്ങൾ

പാപം ചെയ്യുകയില്ല"(ജ്ഞാനം 15 : 2). അതെ, ജ്ഞാനസ്നാനം വഴി നാം ഈശോയ്ക്ക് സ്വന്തമായവരാണ്. അത് അറിയുന്ന നാം പാപം ചെയ്യുന്നതില്‍ നിന്നും ഒഴിഞ്ഞിരിക്കുവാന്‍ ശ്രമിക്കുകയല്ലേ വേണ്ടത്. ഞാന്‍ എന്തിനു തിന്മ വെറുക്കണം എന്ന് ഓരോരുത്തരും ധ്യാനിക്കേണ്ടതുണ്ട്. തിന്മ പ്രവര്‍ത്തിക്കാതിരിക്കുന്നതിനു പിന്നിലുള്ള കാരണം പൂര്‍ണ്ണമായി മനസ്സിലുറപ്പിച്ചു കഴിഞ്ഞാല്‍ എല്ലാ തിന്മകളില്‍ നിന്നും ഓടിയകന്ന്കൊണ്ട് ഈശോയുടെ വചനങ്ങള്‍ അനുസരിച്ച് ജീവിക്കുന്നത് ലളിതമായിത്തീരുന്നു.

❧

വചന വായനയ്ക്കായി

സങ്കീര്‍ത്തനം 139

പ്രാര്‍ത്ഥന

കരുണയുള്ള ഈശോയെ, മുറുമുറുപ്പോടും പാതി മനസ്സോടും കൂടി 'പാപം' ഉപേക്ഷിക്കാതെ, അങ്ങയോടുള്ള സ്നേഹത്തെപ്രതി പാപത്തില്‍ നിന്നും ഒഴിഞ്ഞു നില്‍ക്കുവാന്‍ വേണ്ട വിവേകം എനിക്ക് നല്‍കേണമേ. അങ്ങ് എന്നെ സ്വന്തമാക്കിയതാണെന്നും ഞാന്‍ അങ്ങയുടേതാണെന്നുമുള്ള ചിന്തയില്‍ അനുനിമിഷം ജീവിക്കുവാന്‍ എന്നെ സഹായിക്കേണമേ. കൂടുതല്‍ ഉത്സാഹത്തോടെ നിത്യജീവിതം ലക്ഷ്യം വയ്ക്കാന്‍,ഈശോയെ എന്നെ അനുഗ്രഹിക്കേണമേ.

വിശുദ്ധനെ ഓര്‍ക്കാം

ഈശോയോടുള്ള അതിയായ സ്നേഹത്തിൽ പ്രലോഭനങ്ങളെ അതിജീവിച്ച വിശുദ്ധ ജമ്മ ഗൽഗാനിയെ,ഈശോയുടെ സ്വന്തമാണെന്ന ഓർമ്മയിൽ തിന്മയിൽ നിന്നും അകന്ന് നിൽക്കാൻ എനിക്കായി മാധ്യസ്ഥം വഹിക്കേണമേ.

അനുദിനസമർപ്പണം

ഇന്നേദിവസം ഞാൻ ചെയ്യുന്ന എല്ലാ നന്മപ്രവർത്തികളും എന്റെ പ്രാർത്ഥനകളും പാപം ഒഴിവാക്കാൻ താല്പര്യം കാണിക്കാത്ത എല്ലാ മനുഷ്യരുടെയും മനസാന്തരത്തിനായി സമർപ്പിക്കുന്നു.

നിർദേശം

"ഞാൻ എന്തിനു പാപം ചെയ്യാതിരിക്കണം"എന്ന് ഹൃദയത്തോട് ചോദിച്ചു,സ്വന്തം ആത്മാവിനു ഒരുത്തരം നൽകുന്നത് ഉചിതമാണ്.

കുറിപ്പുകൾ

'എന്റെ കർത്താവേ, എന്റെ ദൈവമേ...'

8

ദിവസം- 8 സ്വർഗ്ഗരാജ്യം എന്നിൽ നിന്നും ചുറ്റുമുള്ളവരിലേക്ക്.

"ആദ്യം അവിടുന്നു നമ്മെ സ്നേഹിച്ചു. അതിനാൽ, നാമും
അവിടുത്തെ സ്നേഹിക്കുന്നു."
1 യോഹന്നാൻ 4 : 19

ഏതൊരു രാജ്യത്തിലും അവിടുത്തെ പൗരന്മാർക്കും അവിടെ
താമസിക്കുന്നവർക്കും പാലിക്കുന്നതിന് വേണ്ടി ഒരു
നിയമാവലി ഉണ്ടായിരിക്കും. സ്വർഗ്ഗരാജ്യത്തിലും
അതുപോലെ നിയമങ്ങൾ ഉണ്ട്.സ്വർഗ്ഗരാജ്യത്തിൽ
ആയിരിക്കുക അഥവാ ദൈവ ഭരണത്തിൽ ആയിരിക്കുക
എന്നാൽ ആ രാജ്യത്തിലെ നിയമങ്ങളും കൽപനകളും
പാലിക്കുക എന്നാണല്ലോ.ഈ ലോകത്തിലായിരിക്കുമ്പോൾ
നമ്മെ ദൈവം ഭരിക്കുന്ന സ്ഥിതിയിൽ ആയിരിക്കുവാൻ
പ്രധാനമായും രണ്ടു പ്രമാണങ്ങൾ ശ്രദ്ധിക്കുവാൻ ആണ് സഭ
പഠിപ്പിക്കുന്നത്. എല്ലാറ്റിനുമുപരി ദൈവത്തെ സ്നേഹിക്കുക,
നിന്നെപ്പോലെ നിന്റെ അയൽക്കാരനെയും സ്നേഹിക്കുക.

ഇവരണ്ടും പത്തു കല്പനകളുടെ സംഗ്രഹം ആയി നാം മതബോധന ക്ലാസ്സിൽ പഠിച്ചിട്ടുണ്ടല്ലോ. ഇതിൽ സ്നേഹത്തെ സംബന്ധിക്കുന്ന ഒരു മുൻഗണനാക്രമം നമുക്ക് കാണാം. ആദ്യപടി എല്ലാറ്റിനും ഉപരിയായി ദൈവത്തെ സ്നേഹിക്കുക എന്ന് തന്നെയാണ്. നമ്മളെ സൃഷ്ടിച്ച സർവ്വശക്തനും സ്നേഹനിധിയും കാരുണ്യവാനുമായ ദൈവത്തെ പൂർണ്ണഹൃദയത്തോടെ സ്നേഹിക്കുമ്പോൾ അവിടുത്തെ കൃപയും വിശുദ്ധിയും നമ്മിലേക്കും പകരപ്പെടും. അവിടുത്തെ കൃപ വഴി രണ്ടാമത്തെ പടിയായി നാം നമ്മെ തന്നെ സ്നേഹിക്കണം.ഈശോയുടെ കുരിശിൽ ചേർക്കപ്പെട്ട നമ്മുടെ കുറവുകളോടും ബലഹീനതകളോടും കൂടി നാം ആയിരിക്കുന്ന അവസ്ഥയിൽ നമ്മെ തന്നെ സ്നേഹിക്കുവാൻ സാധിക്കണം.മൂന്നാമതായി നിന്നെപ്പോലെ നിന്റെ അയൽക്കാരനെയും സ്നേഹിക്കുക എന്ന പടിയാണ്.'നിന്നെപ്പോലെ സ്നേഹിക്കണം 'എന്നാൽ അയൽക്കാരനെ സ്നേഹിക്കുവാനുള്ള ഒരു അളവുകോൽ നാം തന്നെ ഉറപ്പിക്കുകയാണ്. ക്രിസ്തുവിൽ ഞാൻ എന്നെ തന്നെ എത്ര അധികമായി സ്നേഹിക്കുന്നുണ്ടോ അത്രയധികം ആയി കുടുംബാംഗങ്ങളെയും സമൂഹത്തെയും നമുക്ക് സ്നേഹിക്കാൻ സാധിക്കണം . നമ്മിൽ വസിക്കുന്ന ക്രിസ്തു ചുറ്റുമുള്ളവരിൽ ഉണ്ട് എന്ന ബോധ്യം നിറഞ്ഞു കഴിഞ്ഞാൽ മറ്റുള്ളവരെ ഒരുതരത്തിലും വേദനിപ്പിക്കുവാൻ നമുക്ക് സാധിക്കില്ല.അങ്ങനെ സ്നേഹത്തിന്റെ മൂന്നാമത്തെ തലവും നാം സ്വായത്തമാക്കും.ഈശോയെ അധികമായി സ്നേഹിച്ചാൽ ബാക്കിയൊക്കെ നമ്മുടെ ഉള്ളിലിരുന്ന് പരിശുദ്ധാത്മാവ് പ്രവർത്തിച്ചുകൊള്ളും.

പരിശുദ്ധ കുർബാനയിൽ ഈശോ പറയുന്നത് ഇങ്ങനെ ആണല്ലോ,'എന്റെ സമാധാനം ഞാൻ നിങ്ങൾക്കു

തരുന്നു'.ഈശോ തന്ന സമാധാനമാണ് നാം അടുത്തുള്ള സഹോദരങ്ങൾക്കും ആശംസിക്കുന്നത്.ജീവിതത്തിൽ ഈശോയിൽ നിന്നുള്ള സ്നേഹവും സമാധാനവും ചുറ്റുമുള്ളവർക്ക് നമുക്ക് പകർന്നു കൊടുക്കാം."നിങ്ങൾ പരസ്പരം സ്നേഹിക്കുവിൻ. ഞാൻ നിങ്ങളെ സ്നേഹിച്ചതുപോലെ നിങ്ങളും പരസ്പരം സ്നേഹിക്കുവിൻ. നിങ്ങൾക്കു പരസ്പരം സ്നേഹമുണ്ടെങ്കിൽ നിങ്ങൾ എന്റെ ശിഷ്യന്മാരാണെന്ന് അതുമൂലം എല്ലാവരും അറിയും."(യോഹന്നാൻ 13 : 35)സ്നേഹവും സമാധാനവും ഈശോയിൽ നിന്നും നമ്മിലേക്കും നമ്മിൽ നിന്നും ചുറ്റുമുള്ളവരിലേക്കും ഒരു അരുവി പൊലെ ഒഴുകണം. ദൈവത്തോടൊപ്പം നാം വസിക്കുന്ന സ്വർഗ്ഗരാജ്യത്തെ സ്നേഹത്തിന്റെ ആ അരുവി കുളിർമയുള്ളതാക്കും.

൧

വചന വായനയ്ക്കായി

സംഗീർത്തനം 18

പ്രാർത്ഥന

എന്റെ സ്നേഹം ആയ ഈശോയെ,സൃഷ്ടിയുടെ പ്രഥമ ധർമ്മം സ്രഷ്ടാവിനെ സ്നേഹിക്കുക ആണല്ലോ. എന്നെ സൃഷ്ടിച്ച് പരിപാലിച്ച് സ്നേഹിക്കുന്ന അങ്ങയെ ഓരോ ദിവസവും 'അധികമായി' സ്നേഹിക്കുവാൻ വേണ്ട കൃപ തരണമേ. അങ്ങയുടെ സ്നേഹം എന്നിലൂടെ വീട്ടിലുള്ള പ്രിയപ്പെട്ടവർക്കും സുഹൃത്തുക്കൾക്കും സമൂഹത്തിനും നിസ്വാർത്ഥമായി, കളങ്കമില്ലാതെ നൽകുവാൻ എന്നെ

അനുഗ്രഹിക്കേണമേ. അങ്ങനെ അങ്ങയുടെ സ്വര്‍ഗ്ഗരാജ്യത്തില്‍ നിരന്തരം ആയിരിക്കുവാന്‍ എനിക്ക് കഴിയട്ടെ.

വിശുദ്ധനെ ഓര്‍ക്കാം

അഗതികളിലും രോഗികളിലും ക്രിസ്തുവിനെ ദര്‍ശിച്ച് അവരെ സ്നേഹിച്ച വിശുദ്ധ മദര്‍ തെരേസയെ, ചുറ്റുമുള്ളവരില്‍ ഈശോയെ കാണുവാന്‍ എന്നെ സഹായിക്കേണമേ.

അനുദിന സമര്‍പ്പണം

ഇന്നേദിവസം ഞാന്‍ ചെയ്യുന്ന എല്ലാ നന്മപ്രവര്‍ത്തികളും എന്റെ പ്രാര്‍ത്ഥനകളും ഹൃദയത്തില്‍ സ്നേഹമില്ലാത്ത എല്ലാവര്‍ക്കും വേണ്ടി സമര്‍പ്പിക്കുന്നു.

നിര്‍ദ്ദേശം

ഉള്ളിലുള്ള ദൈവിക സ്നേഹം ക്ഷമയിലൂടെയും എളിമയിലൂടെയും കുടുംബാംഗങ്ങള്‍ക്ക് പകരുന്നതില്‍ കൂടുതല്‍ ശ്രദ്ധ കാണിക്കുന്നത് ഉചിതമായിരിക്കും. വീട്ടിലുള്ളവരെ കാണുമ്പോള്‍ അവരിലുള്ള ഈശോയെ കാണുവാന്‍ ഉള്ള ശീലം വളര്‍ത്തിയെടുക്കാം.

കുറിപ്പുകൾ

9

ദിവസം- 9 നന്ദിയോടെ ഞാൻ സ്തുതി പാടിടും എൻ യേശു നാഥാ .....

പലപ്പോഴും ഒരു ചടങ്ങായി വാക്കുകളിൽ മാത്രം ഒതുങ്ങുന്ന ഒരു വികാരമാണ് നമുക്ക് നന്ദി എന്നത്. ആർക്ക് നന്ദി പറഞ്ഞാലും അത് ഹൃദയത്തിനുള്ളിൽ നിന്ന് ആവണമെങ്കിൽ അവരിൽ നിന്നും ലഭിച്ച സഹായം എത്രത്തോളം വിലപ്പെട്ടതാണെന്ന് നാം മനസ്സിലാക്കിയിരിക്കണം. അനുദിന പ്രാർത്ഥനകളിലും മറ്റും വിവിധ ഉപകാരങ്ങൾക്കായി നാം ദൈവത്തിനു നന്ദി അർപ്പിക്കാറുണ്ട്.ദൈവപിതാവ് നേരിട്ട് അനുഗ്രഹങ്ങൾ തരുന്നത് ചുരുക്കമാണ്.അതുകൊണ്ടുതന്നെ നമ്മുടെ നന്ദി അർപ്പണം വെറും വാക്കുകളിൽ മാത്രമായി മാറുന്നു.

"കർത്താവേ, അങ്ങയെ ആശ്രയിക്കുന്നവരെ പോററുന്നത് വിവിധ ധാന്യവിളകളല്ല, അങ്ങയുടെ വചനമാണെന്ന് അങ്ങയുടെ വത്സലമക്കൾ ഗ്രഹിക്കാൻ വേണ്ടി, സൃഷ്ടികൾ ആവശ്യക്കാരുടെ ആഗ്രഹത്തിനൊത്ത് രൂപാന്തരം പ്രാപിച്ച് എല്ലാറ്റിനെയും പോററുന്ന അങ്ങയുടെ ഔദാര്യത്തെ വെളിപ്പെടുത്തി.അഗ്നിയിൽ നശിക്കാത്തത് അരുണോദയത്തിൽ ഉരുകി.ഇതു മനുഷ്യൻ സൂര്യോദയത്തിനു മുൻപുണർന്ന് പുലർകാലവെളിച്ചത്തിൽ അങ്ങേക്കു കൃതജ്ഞതയർപ്പിക്കുകയും അങ്ങയോടു പ്രാർഥിക്കുകയും വേണമെന്നതിന്റെ വിജ്ഞാപനമായിരുന്നു.കൃതഘ്നന്റെ പ്രത്യാശ ശീതകാലത്തെ മൂടൽമഞ്ഞുപോലെ ഉരുകും; ഉപയോഗശൂന്യമായ ജലം പോലെ ഒഴുകിപ്പോകും."(ജ്ഞാനം 16 : 25-29).

നമ്മെ എല്ലാവരെയും പോററുന്നത് ദൈവ പിതാവിന്റെ വചനം തന്നെയാണ്.ഉണ്ടാകട്ടെ എന്ന ഒറ്റ വചനത്തിൽ സകലതും സൃഷ്ടിച്ച്, മനുഷ്യൻ ആസ്വാദിക്കുന്നതിന് അവന്റെ ആഗ്രഹത്തിനനുസരിച്ചു സൃഷ്ടികൾക്ക് രൂപമാറ്റം വരുത്തുകയും ഭൂമിയുടെയും മറ്റു സൃഷ്ടികളുടെയും ഉപകാരത്തിന് അവയെ ശരിയായ അളവിൽ ലഭ്യമാക്കുകയും ചെയ്യുന്നതും ദൈവപിതാവിന്റെ വചനം തന്നെയാണ്. "അങ്ങയുടെ ജനത്തിന് ദൈവദൂതന്മാരുടെ അപ്പം അങ്ങ് നല്കി; അവരുടെ അധ്വാനം കൂടാതെ തന്നെ. ഓരോരുത്തർക്കും ആസ്വാദ്യമായവിധം പാകപ്പെടുത്തിയ ഭക്ഷണം സ്വർഗത്തിൽനിന്ന് അവർക്ക് അങ്ങ് നൽകി. അങ്ങ് നൽകിയ വിഭവങ്ങൾ അങ്ങയുടെ മക്കളുടെ നേരേ അങ്ങേയ്ക്കുള്ള വാത്സല്യം പ്രകടമാക്കി.ഭക്ഷിക്കുന്നവന്റെ രുചിക്കൊത്ത് അത് രൂപാന്തരപ്പെട്ടു."(ജ്ഞാനം 16 : 20-21)

അങ്ങനെ നോക്കുമ്പോൾ നമുക്ക് ലഭിക്കുന്ന സർവ്വതിനും, നാം ശ്വസിക്കുന്ന വായുവിറ്റു മുതൽ നമുക്ക് ലഭിക്കുന്ന അത്ഭുത സൗഖ്യങ്ങൾക്ക് വരെ നാം ദൈവ പിതാവിനോട് നന്ദിയുള്ളവരായിരിക്കണം. രാവിലെ ഉണരുന്നതു മുതൽ ഉറങ്ങുന്നതുവരെയും നന്ദി അർപ്പിക്കുവാൻ നമുക്ക് ആയിരം കാരണങ്ങൾ കണ്ടെത്തുവാൻ സാധിക്കും. നമുക്ക് ലഭിക്കുന്ന അംഗീകാരങ്ങളും അനുഗ്രഹങ്ങളും മറ്റുള്ളവരോട് പറഞ്ഞു അഭിനന്ദനങ്ങൾ ആഗ്രഹിക്കാതെ അവയൊക്കെ പരിശുദ്ധ കുർബാനയിൽ ബലിപീഠത്തിൽ കാഴ്ചയായി സമർപ്പിച്ചാൽ അവ വഴി വരാൻ സാധ്യതയുള്ള സകല തിന്മകളും ഈശോ തടഞ്ഞു കൊള്ളും. ലഭിക്കുന്ന അഭിനന്ദനങ്ങൾക്ക് "ദൈവകൃപ" എന്ന് ഉത്തരം നല്കി അനുഗ്രഹങ്ങൾ ബലിപീഠത്തിൽ വയ്ക്കുമ്പോൾ നമ്മുടെ ഭാവി ഈശോ ഏറ്റെടുത്തു കൊള്ളും. ഈശോ വഴിയല്ലാതെ ഒരു നന്മയും നമുക്ക് ലഭിക്കുകയില്ല. സർവ്വതും അവിടുന്ന് വഴിയായി വരുന്നു. അതിനാൽ നന്ദിയും അവിടുത്തേക്ക് തന്നെ. നന്ദിയില്ലാത്ത ഒരുവന്റെ പ്രത്യാശ മഞ്ഞുപോലെ ഉരുകും. ദൈവത്തോട് നന്ദിയുള്ളവൻ ആകാതെ സ്വന്തം ഇച്ഛയ്ക്കനുസൃതം ജീവിക്കുന്ന വ്യക്തി ജീവിതത്തിൽ എന്തൊക്കെ കാര്യങ്ങളിൽ പ്രത്യാശ വെച്ചാലും അവയൊക്കെ വ്യർത്ഥമാണെന്ന് തിരുവചനം പറയുന്നു

❧

വചന വായനയ്ക്കായി

ഏശയ്യ 12

പ്രാർത്ഥന

ഈശോയെ,എനിക്ക് ലഭിക്കുന്ന എല്ലാ നന്മകളും അങ്ങ് വഴിയാണ് വരുന്നത് എന്നുള്ള ഉത്തമബോധ്യം എനിക്ക് നൽകേണമേ.പരിശുദ്ധാത്മാവേ, എല്ലാകാര്യങ്ങളിലും നന്ദിയുള്ളവനായിരിക്കാൻ നിരന്തരം എന്നെ ഓർമ്മിപ്പിക്കണമേ.അങ്ങനെ ജീവിതത്തിൽ എപ്പോഴും പ്രത്യാശയുള്ളവനായിരിക്കാൻ എന്നെ പഠിപ്പിക്കണമേ. സങ്കടത്തിലും സന്തോഷത്തിലും അനുദിനമുള്ള സഹനങ്ങളിലും ഒരുപോലെ നന്ദിയുള്ളവനായിരിക്കുവാനുള്ള ദൈവസ്നേഹം നൽകി എന്നെ അനുഗ്രഹിക്കണമേ.

വിശുദ്ധനെ ഓർക്കാം

"നന്ദി പറയുന്നതിനേക്കാൾ ധൃതിയോടെ ചെയ്യേണ്ട വേറൊരു ദൗത്യവും നമുക്കില്ല"എന്ന് പറഞ്ഞ വിശുദ്ധ അംബ്രോസേ, അനുനിമിഷം ദൈവത്തോട് നന്ദിയുള്ളവനായിരിക്കുവാനുള്ള കൃപയ്ക്കായ് എനിക്ക് വേണ്ടി മാധ്യസ്ഥം വഹിക്കേണമേ.

അനുദിന സമർപ്പണം

ഇന്നേദിവസം ഞാൻ ചെയ്യുന്ന എല്ലാ നന്മപ്രവർത്തികളും എന്റെ പ്രാർത്ഥനകളും ദൈവത്തോടും മനുഷ്യരോടും നന്ദി ഇല്ലാതെ,എല്ലാം സ്വന്തം കഴിവിനാൽ ചെയ്യുന്നു എന്ന് ധരിച്ച് ജീവിക്കുന്നവർക്ക് വേണ്ടി സമർപ്പിക്കുന്നു.

നിർദ്ദേശം

ഇന്നുമുതൽ, അനുദിനം ലഭിക്കുന്ന ചെറുത് മുതൽ വലുത് വരെയുള്ള എല്ലാ നന്മകൾക്കും ഈശോയോട്

സ്നേഹത്തോടെ നന്ദി പറഞ്ഞ് പരിശീലിക്കുക.ഈ പുസ്തകത്തിന്റെ അവസാനഭാഗത്തോ കുറിപ്പുകളുടെ ഭാഗത്തോ ഈശോ നമുക്ക് ഇന്നോളം നൽകിയ അനുഗ്രഹങ്ങൾ ഒരു ലിസ്റ്റ് ആയി എഴുതുന്നത് ഏറ്റവും ഉചിതമായിരിക്കും. Start counting your blessings..

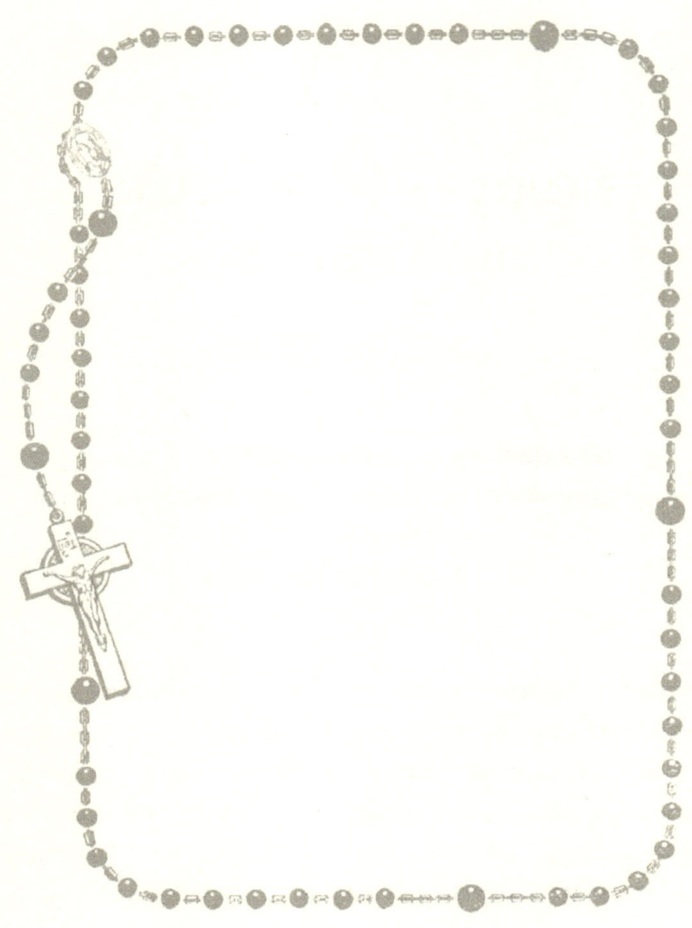

കുറിപ്പുകൾ

10

ദിവസം- 10 ആത്മീയ ഗൃഹാതുരത്വം.

"ഈ ജീവിതത്തിനുവേണ്ടി മാത്രം ക്രിസ്തുവിൽ പ്രത്യാശ വച്ചിട്ടുള്ളവരാണെങ്കിൽ നമ്മൾ എല്ലാ മനുഷ്യരെയുംകാൾ നിർഭാഗ്യരാണ്."
1 കോറിന്തോസ് 15 : 19

'നൊസ്റ്റാൾജിയ' എന്ന വാക്ക് നാം പലപ്പോഴായി ഉപയോഗിച്ചിട്ടുണ്ട് അല്ലേ. 'ഗൃഹാതുരത്വം' എന്ന മലയാളം വാക്ക് ഉച്ചരിക്കാൻ വളരെ ഭംഗിയുള്ള ഒരു വാക്കായി തോന്നാറുണ്ട്. പ്രവാസികളുടെ ഒരു നൊമ്പരമാണ് ഇത്.കോളേജ് അവസാനിച്ചു കഴിയുമ്പോഴും ക്യാമ്പസ് ജീവിതത്തിലെ ഓർമ്മകൾ ഒരു ഗൃഹാതുരത്വം നൽകുന്നു. ഇപ്പോഴേക്കും ഇത് വായിക്കുന്ന പലരും സ്വന്തം ഓർമ്മകളിലേക്ക് പറന്നിട്ടുണ്ടാവും. അതൊരു സുഖമുള്ള വേദന തന്നെയാണ് അല്ലേ. ജനനം മുതൽ മരണം വരെയുള്ള ഈ ലോകജീവിതത്തെ, ഒരു നീണ്ട യാത്രയായിട്ടാണ് സഭ പഠിപ്പിക്കുന്നത്. ദൈവപിതാവിൽ നിന്നും അമ്മയുടെ ഉദരത്തിലൂടെ ഈ ലോകജീവിതത്തിലേക്ക് ജനിക്കുന്ന നാം,

ഈ യാത്രയ്ക്കിടയിൽ പലപ്പോഴും ആത്മാവിൽ ഒരു ഗൃഹാതുരത്വം അനുഭവിക്കുന്നില്ലേ. നമ്മുടെ ആത്മാവ് തന്റെ സ്രഷ്ടാവിലേക്ക് തിരിച്ചുപോയി അവിടുന്നിൽ ലയിച്ചു ചേരുവാനുള്ള ലക്ഷ്യത്തിലാണ് യാത്ര ചെയ്യുന്നത് തന്നെ.പലപ്പോഴായി നാം ഈ ലോകത്തിന്റേതല്ല എന്ന് നമുക്ക് തോന്നാറില്ലേ.തോന്നൽ എന്നതിലുപരി അതുതന്നെയാണ് സത്യവും.

ഈശോ ഈ ലോകത്തിൽ മനുഷ്യനായി ജീവിച്ചിരുന്ന കാലത്തും ഈ ചിന്ത അവിടുത്തേക്ക് ഉണ്ടായിരുന്നു. ശിഷ്യന്മാരെ വിട്ട്, ഈ ലോകത്തെ തന്നെയും കുറച്ചുനേരത്തേക്ക് വിട്ട്,മലയുടെ ഉയരങ്ങളിൽ തന്റെ പിതാവിനോട് ചേർന്നിരിക്കാൻ അവിടുന്ന് അവസരങ്ങൾ കണ്ടെത്തിക്കൊണ്ടിരുന്നു.മാതാപിതാക്കളെ വിട്ട് ദേവാലയത്തിൽ ആയിരുന്നതും തന്റെ പിതാവിനോടൊപ്പം ആയിരിക്കുവാൻ ആയിരുന്നുവല്ലോ.കുരിശിന്റെ ഉയരത്തിൽ പിതാവിന്റെ കരങ്ങളിൽ തന്റെ ആത്മാവിനെ സമർപ്പിക്കുന്നത് വരെയും പിതാവിനോട് ചേരുവാനുള്ള ദാഹം അവനിൽ ഉണ്ടായിരുന്നു. പല വിശുദ്ധരുടെ ജീവിതത്തിലും ഇതേ ഗൃഹാതുരത്വം വളരെയധികം പ്രകടമായിരുന്നു. നമ്മുടെ ഉള്ളിൽ നിലനിൽക്കുന്ന ഈ ആത്മീയ ഗൃഹാതുരത്വം സ്വർഗം നോക്കി ജീവിക്കുവാൻ നമ്മെ പ്രാപ്തരാക്കണം. ഈ ലോകത്തുള്ള ഒന്നും തന്നെ നമ്മുടെ സ്വന്തം അല്ലെന്നും ഇവയൊക്കെ താൽക്കാലികം ആണെന്നുമുള്ള ചിന്തയോടെ ജീവിക്കുവാൻ പരിശ്രമിക്കാം. നിത്യ ജീവിതത്തിന് വേണ്ടിയുള്ള അതിയായ ആഗ്രഹത്തോടെ ജീവിക്കുമ്പോൾ ഈ ലോക ദുഃഖങ്ങളിൽ പതറാതിരിക്കാൻ ആത്മാവു നമ്മെ ശക്തിപ്പെടുത്തും.

ഈശോ ഈ ലോകത്തിൽ മനുഷ്യനായി ജീവിച്ചിരുന്ന കാലത്തും ഈ ചിന്ത അവിടുത്തേക്ക് ഉണ്ടായിരുന്നു.

ശിഷ്യന്മാരെ വിട്ട്, ഈ ലോകത്തെ തന്നെയും കുറച്ചുനേരത്തേക്ക് വിട്ട്,മലയുടെ ഉയരങ്ങളില്‍ തന്റെ പിതാവിനോട് ചേര്‍ന്നിരിക്കാന്‍ അവിടുന്ന് അവസരങ്ങള്‍ കണ്ടെത്തിക്കൊണ്ടിരുന്നു. മാതാപിതാക്കളെ വിട്ട് ദേവാലയത്തില്‍ ആയിരുന്നതും തന്റെ പിതാവിനോടൊപ്പം ആയിരിക്കുവാന്‍ ആയിരുന്നുവല്ലോ.കുരിശിന്റെ ഉയരത്തില്‍ പിതാവിന്റെ കരങ്ങളില്‍ തന്റെ ആത്മാവിനെ സമര്‍പ്പിക്കുന്നത് വരെയും പിതാവിനോട് ചേരുവാനുള്ള ദാഹം അവനില്‍ ഉണ്ടായിരുന്നു. പല വിശുദ്ധരുടെ ജീവിതത്തിലും ഇതേ ഗൃഹാതുരത്വം വളരെയധികം പ്രകടമായിരുന്നു. നമ്മുടെ ഉള്ളില്‍ നിലനില്‍ക്കുന്ന ഈ ആത്മീയ ഗൃഹാതുരത്വം സ്വര്‍ഗം നോക്കി ജീവിക്കുവാന്‍ നമ്മെ പ്രാപ്തരാക്കണം. ഈ ലോകത്തുള്ള ഒന്നും തന്നെ നമ്മുടെ സ്വന്തം അല്ലെന്നും ഇവയൊക്കെ താല്‍ക്കാലികം ആണെന്നുമുള്ള ചിന്തയോടെ ജീവിക്കുവാന്‍ പരിശ്രമിക്കാം. നിത്യ ജീവിതത്തിന് വേണ്ടിയുള്ള അതിയായ ആഗ്രഹത്തോട ജീവിക്കുമ്പോള്‍ ഈ ലോക ദുഃഖങ്ങളില്‍ പതറാതിരിക്കാന്‍ ആത്മാവു നമ്മെ ശക്തിപ്പെടുത്തും.

ഇ

വചന വായനയ്ക്കായി

സങ്കീര്‍ത്തനം 121

പ്രാര്‍ത്ഥന

ഈശോയെ, അങ്ങ് എന്നില്‍ നിക്ഷേപിച്ചിരിക്കുന്ന പരിശുദ്ധാത്മാവിന്റെ പ്രേരണകളെ അനുസരിച്ച് സ്വര്‍ഗ്ഗം നോക്കി ജീവിക്കുവാന്‍, നിത്യ ജീവന്‍ ലക്ഷ്യം വയ്ക്കുവാന്‍

എന്നെ അനുദിനം ഓർമ്മിപ്പിക്കണമേ. ഞാൻ നേരിടുന്ന എല്ലാ പ്രതിസന്ധികളിലും, 'എല്ലാം താൽക്കാലികം' ആണെന്ന ബോധ്യത്തോടെ അങ്ങിൽ ആശ്രയിച്ച് നിത്യജീവന് ചേരുന്ന രീതിയിൽ പ്രതികരിക്കുവാനും പ്രവർത്തിക്കുവാനുമുള്ള ധൈര്യം എനിക്ക് നൽകേണമേ. ഒടുവിൽ എന്റെ ആത്മാവ് അങ്ങയിൽ നിത്യസമ്മാനത്തിനായി വിലയം കൊള്ളുന്നത് വരെ ഈ ലോകയാത്ര വിവേകത്തോടെ പൂർത്തിയാക്കാനുള്ള കൃപ എനിക്ക് നൽകേണമേ.

വിശുദ്ധനെ ഓർക്കാം

സ്വർഗത്തിൽ ഈശോയെ കാണാൻ അതിയായി ആഗ്രഹിച്ച വിശുദ്ധ കൊച്ചുത്രേസ്യയെ, സ്വർഗം നോക്കി ജീവിക്കാനുള്ള അനുഗ്രഹത്തിനായി എനിക്കു വേണ്ടി പ്രാർത്ഥിക്കേണമേ.

അനുദിന സമർപ്പണം

ഇന്നേ ദിവസം ഞാൻ ചെയ്യുന്ന എല്ലാ നന്മപ്രവർത്തികളും എന്റെ പ്രാർത്ഥനകളും ഈ ലോകജീവിതം മാത്രം ലക്ഷ്യം വെച്ച് ജീവിക്കുന്നവരുടെ മാനസാന്തരത്തിനു വേണ്ടി സമർപ്പിക്കുന്നു.

നിർദ്ദേശം

ഈ ലോകജീവിതത്തിലെ താൽക്കാലികതയെയും നമ്മുടെ ആത്മാവിന്റെ യഥാർത്ഥ വാസസ്ഥലത്തെയും കുറിച്ച് പത്തു മിനിറ്റ് ധ്യാനിക്കുന്നത് ഉചിതമായിരിക്കും.

കുറിപ്പുകൾ

'എന്റെ കർത്താവേ,എന്റെ ദൈവമേ...'

11

ദിവസം- 11
ദൈവസ്നേഹം.

" ഞാൻ ദൈവമാണ്, മനുഷ്യനല്ല. നിങ്ങളുടെ ഇടയിൽ
വസിക്കുന്ന പരിശുദ്ധൻ തന്നെ. ഞാൻ നിങ്ങളെ
നശിപ്പിക്കാൻ വരുകയില്ല."
ഹോസിയാ 11 : 9

ഈ പതിനൊന്നാം ദിനം നാം എന്ത് ധ്യാനിക്കണം?
വർഷത്തിൽ 365 ദിനങ്ങളിലും ധ്യാനിച്ചാലും
പൂർത്തിയാകാത്ത,മതിവരാത്ത, കൊതിതീരാത്ത ഒരു
വിഷയമുണ്ട്: 'ദൈവസ്നേഹം'. അത്
വാക്കുകളിലൊതുങ്ങില്ല. ഓരോ ചെറിയ മനുഷ്യനോടും
എന്നോടും നിന്നോടും ദൈവം എത്ര വലിയ സ്നേഹം ആണ്
കാണിക്കുന്നത് എന്ന് ധ്യാനിക്കുമ്പോൾ ഹൃദയം
നുറുങ്ങി,കണ്ണ് നിറയാതെ അത് പൂർത്തിയാക്കുക അസാധ്യം.
ബൈബിളിൽ ഉടനീളം ദൈവം മനുഷ്യന് നൽകിയ
സ്നേഹത്തിന്റെ അർത്ഥവും വ്യാപ്തിയും
പലസ്ഥലങ്ങളിലായി കാണുവാൻ സാധിക്കും."ഗർഭത്തിലും
ജനിച്ചതിനു ശേഷവും ഞാൻ വഹിച്ച യാക്കോബുഭവനമേ,

ഇസ്രായേല്‍ ഭവനത്തില്‍ അവശേഷിക്കുന്നവരേ, എന്റെ വാക്കു കേള്‍ക്കുവിന്‍. നിങ്ങളുടെ വാര്‍ധക്യംവരെയും ഞാന്‍ അങ്ങനെതന്നെയായിരിക്കും. നിങ്ങള്‍ക്കു നര ബാധിക്കുമ്പോഴും ഞാന്‍ നിങ്ങളെ വഹിക്കും. ഞാന്‍ നിങ്ങളെ സൃഷ്ടിച്ചു; നിങ്ങളെ വഹിക്കും; ചുമലിലേറ്റി രക്ഷിക്കുകയും ചെയ്യും."(ഏശയ്യാ 46 : 3-4)

ഈ വചനങ്ങള്‍ പുതിയ ഇസ്രയേല്‍ ആയ നിന്നോടും കൂടെയാണ് ദൈവം പറയുന്നത്. പക്ഷപാതം ഇല്ലാത്ത സ്നേഹം ആണ് നമ്മുടെ അപ്പന് നമ്മോട്. "സൈന്യങ്ങളുടെ കര്‍ത്താവ് ഈ മൂവരെയും ഇങ്ങനെ അനുഗ്രഹിച്ചിരിക്കുന്നു. എന്റെ ജനമായ ഈജിപ്തും, എന്റെ കരവേലയായ അസ്സീറിയായും എന്റെ അവകാശമായ ഇസ്രായേലും അനുഗ്രഹിക്കപ്പെടട്ടെ."(ഏശയ്യാ 19 : 25). ഇസ്രയേലിനെ ഞെരുക്കിയ ഈജിപ്തിനെ പോലും സ്നേഹത്തോടെ അനുഗ്രഹിക്കുന്ന പിതാവ്, നീ കഠിന പാപി ആണെങ്കില്‍ പോലും നിന്നെ അത്യധികം സ്നേഹിക്കുന്നുണ്ട്. തന്റെ സ്നേഹം അറിഞ്ഞു തിരിച്ചു വരുമ്പോള്‍ നിന്നെ മാറോടു ചേര്‍ക്കുവാന്‍ ഇരുകൈകളും നീട്ടി നില്‍ക്കുന്ന അപ്പനെ നീ കാണുന്നില്ലേ. പഴയനിയമത്തില്‍ നിന്നും നാം മിക്കപ്പോഴും മനസ്സിലാക്കിയത് ശിക്ഷിക്കുന്ന ഒരു ദൈവത്തെയാണ്. എന്നാല്‍ യഥാര്‍ത്ഥത്തില്‍ നമുക്ക് കാണുവാന്‍ സാധിക്കുന്നത് മക്കള്‍ക്ക് ശിക്ഷണം നല്‍കി വളര്‍ത്തി പരിപാലിക്കുന്ന സ്നേഹനിധിയായ ഒരു അപ്പനെ ആണ്.

ഏശയ്യായുടെ പുസ്തകത്തില്‍ നിന്നുള്ള ഈ വാക്കുകള്‍ വായിച്ച് ദൈവ പിതാവിന്റെ സ്നേഹം നമുക്ക് അല്പസമയം ധ്യാനിക്കാം. "എന്റെ ദാസനായ ഇസ്രായേലേ, ഞാന്‍ തിരഞ്ഞെടുത്ത യാക്കോബേ, എന്റെ സ്നേഹിതനായ അബ്രാഹത്തിന്റെ സന്തതീ, നീ എന്റെ ദാസനാണ്. ഞാന്‍ നിന്നെ തിരഞ്ഞെടുത്തു; ഇനി ഒരിക്കലും

ഉപേക്ഷിക്കുകയില്ല എന്നു പറഞ്ഞുകൊണ്ട് ഭൂമിയുടെ അതിർത്തികളിൽ നിന്നു ഞാൻ നിന്നെ തിരഞ്ഞെടുത്തു; വിദൂരദിക്കുകളിൽ നിന്നു ഞാൻ നിന്നെ വിളിച്ചു.ഭയപ്പെടേണ്ടാ, ഞാൻ നിന്നോടുകൂടെയുണ്ട്. സംഭ്രമിക്കേണ്ടാ, ഞാനാണ് നിന്റെ ദൈവം. ഞാൻ നിന്നെ ശക്തിപ്പെടുത്തുകയും സഹായിക്കുകയും ചെയ്യും. എന്റെ വിജയകരമായ വലത്തുകൈകൊണ്ടു ഞാൻ നിന്നെതാങ്ങിനിർത്തും.നിന്നെ ദ്വേഷിക്കുന്നവർ ലജ്ജിച്ചു തല താല്ത്തും;നിന്നോട് ഏറ്റുമുട്ടുന്നവർ നശിച്ച് ഒന്നുമല്ലാതായിത്തീരും.നിന്നോട് ശണ്ഠ കൂടുന്നവരെ നീ അന്വേഷിക്കും; കണ്ടെത്തുകയില്ല. നിന്നോടു പോരാടുന്നവർ ശൂന്യരാകും.നിന്റെ ദൈവവും കർത്താവുമായ ഞാൻ നിന്റെ വലത്തുകൈ പിടിച്ചിരിക്കുന്നു. ഞാനാണു പറയുന്നത്, ഭയപ്പെടേണ്ടാ. ഞാൻ നിന്നെ സഹായിക്കും."(ഏശയ്യാ 41 : 8-13)

'അപ്പാ..അപ്പാ.. എന്ന് വിളിച്ച് പിതാവിന്റെ കാലിൽ തൂങ്ങി നടക്കുന്ന ഒരു കുഞ്ഞായിരിക്കാം നമുക്ക്. സന്തോഷത്തിൽ 'അപ്പാ അപ്പാ, പിന്നെ.., ഇന്ന് ഇങ്ങനെ ഉണ്ടായി' എന്ന് ആകാംക്ഷയോടെ പറയുന്ന ഒരു കുട്ടി ആയിരിക്കാം. വേദനിക്കുമ്പോൾ 'അപ്പാ.. അപ്പാ..' എന്ന് ദൈവത്തെ വിളിച്ചു കരയുന്ന ഒരു കുഞ്ഞ് ആയിരിക്കാം. അപ്പൻ പറയുന്നത് ശ്രദ്ധിച്ച് അപ്പൻ ചെയ്യുന്നതുപോലെ ചെയ്ത് അപ്പനെ പോലെ ആകാൻ ശ്രമിക്കുന്ന കുട്ടികളെ കണ്ടിട്ടില്ലേ.അവരെ പോലെ അവന്റെ ജീവിക്കുന്ന വചനത്തെ ശ്രദ്ധിച്ചു, അനുകരിച്ച് ജീവിക്കാം.

"നിങ്ങൾ ഇപ്രകാരം പ്രാർഥിക്കുവിൻ: സ്വർഗസ്ഥനായ ഞങ്ങളുടെ പിതാവേ, അങ്ങയുടെ നാമം പൂജിതമാകണമേ."(മത്തായി 6 : 9)

വചന വായനക്കായി

സങ്കീർത്തനം 42

പ്രാർത്ഥന

സ്വർഗീയ അപ്പാ,എപ്പോഴും അപ്പനെ വിളിച്ചു നടക്കുവാൻ എന്ത് രസമാണ്. ഒന്നിനെക്കുറിച്ചും ആകുലപ്പെടാതെ അപ്പന്റെ കയ്യും പിടിച്ചു നടക്കുവാൻ എന്നെ അനുഗ്രഹിക്കണമേ. ഈശോയെ, അങ്ങ് പിതാവിനെ അബ്ബാ.. അബ്ബാ..എന്ന് വിളിച്ച് ജീവിച്ചതുപോലെ സ്വർഗ്ഗീയ പിതാവിന്റെ കൈ പിടിച്ചു ജീവിക്കുവാൻ എനിക്ക് കൃപ തരണമേ.

വിശുദ്ധനെ ഓർക്കാം

ഈശോയുടെ ഭൗമിക അപ്പനായിരുന്ന് അവിടുത്തെ വളർത്തിയ വിശുദ്ധ യൗസേപ്പിതാവേ, സ്വർഗീയ അപ്പനെ നോക്കി ജീവിക്കാൻ ഉള്ള കൃപയ്ക്കായി എനിക്ക് വേണ്ടി പ്രാർത്ഥിക്കണമേ.

അനുദിന സമർപ്പണം

ഇന്നേദിവസം ഞാൻ ചെയ്യുന്ന എല്ലാ നന്മപ്രവർത്തികളും എന്റെ പ്രാർത്ഥനകളും സ്വർഗ്ഗീയ പിതാവിന്റെ സ്നേഹം അറിയാൻ പറ്റാത്ത വിധം തിന്മയിലായിരിക്കുന്ന ലോകത്തിന് വേണ്ടി സമർപ്പിക്കുന്നു.

നിർദ്ദേശം

ഒരു പത്തുമിനിറ്റോളം കണ്ണടച്ച് ശാന്തമായിരുന്നു അപ്പാ..
അപ്പാ.. എന്ന് ദൈവത്തെ വിളിച്ചു കൊണ്ടിരുന്നു നോക്കൂ. ഒരു
പിതാവിന്റെ സ്നേഹം നമുക്ക് അനുഭവിക്കാൻ കഴിയും.

കുറിപ്പുകൾ

12

ദിവസം-12 നിങ്ങൾ ഒരു 'സത്യക്രിസ്ത്യാനി' ആണോ..

"നിങ്ങൾ ഈലോകത്തിന് അനുരൂപരാകരുത്; പ്രത്യുത,
നിങ്ങളുടെ മനസ്സിന്റെ നവീകരണംവഴി
രൂപാന്തരപ്പെടുവിൻ. ദൈവഹിതം എന്തെന്നും, നല്ലതും
പ്രീതിജനകവും പരിപൂർണവുമായത് എന്തെന്നും
വിവേചിച്ചറിയാൻ അപ്പോൾ നിങ്ങൾക്കു സാധിക്കും."

റോമാ 12 : 2

'ക്രിസ്ത്യാനി' എന്ന് വിളിക്കപ്പെടുന്നതിൽ അഭിമാനിക്കുന്നവർ
ആണോ നാം. അതോ വെറും ഞായറാഴ്ച
ക്രിസ്ത്യാനികളാണോ. സഭയെ കുറ്റപ്പെടുത്തുകയും മാർപാപ്പ
പറയുന്നത് അബദ്ധമാണെന്ന് അഭിപ്രായപ്പെടുകയും
അങ്ങനെയുള്ള ഫേസ്ബുക്ക് പോസ്റ്റുകൾ ഷെയർ
ചെയ്യുകയും ചെയ്യുന്നതിൽ എന്തെന്നില്ലാത്ത ഒരു അഭിമാനം
പേറുന്ന ചിലർ, കുഞ്ഞിന് മാമ്മോദീസയ്ക്കും
ആദ്യകുർബാനയ്ക്കും വെള്ളയുടുത്ത് വന്ന് ഉത്സാഹം

കാണിക്കുന്നത് മോശമല്ലേ?സാത്താന് അവിശ്വാസികളെക്കാളും ഇഷ്ടം ഇവരെയാണ്.പാപത്തിൽ വീഴുവാൻ എത്രയെത്ര സാധ്യതകൾ ആണ് ഇവർ ഒരുക്കുന്നത്. "സത്യത്തിന്റെ വചനം ഉചിതമായി കൈകാര്യം ചെയ്തുകൊണ്ട്, അഭിമാനിക്കാൻ അവകാശമുള്ള വേലക്കാരനായി ദൈവതിരുമുമ്പിൽ അർഹതയോടെ പ്രത്യക്ഷപ്പെടാൻ ഉത്സാഹപൂർവ്വം പരിശ്രമിക്കുക."(2 തിമോത്തേയോസ് 2 : 15)

സത്യക്രിസ്ത്യാനി ആവുക അങ്ങനെ എളുപ്പമുള്ള ഒരു പണി അല്ലതാനും. ഈശോയുടെ യഥാർത്ഥ അനുയായികളാകാൻ എത്രതന്നെ ശ്രമിച്ചാലും പലതരത്തിലും പല സാഹചര്യങ്ങളിലും വീണു പോകുന്നവരാണ് നാം.ഈ പ്രശ്നത്തിന് പറ്റിയ ഒരു പ്രതിവിധിയുണ്ട്.ശീലിച്ചാൽ എളുപ്പമായി തീരുന്ന ഈ പോംവഴിക്ക് നമുക്ക് 'നിർബന്ധിത സ്ഥിരത' എന്ന് വിളിക്കാം. പേരുപോലെ കടുപ്പം അല്ല ഇത്.വിശ്വാസത്തിൽ ആയിരിക്കുന്നതിന് നിർബന്ധമായും കുറച്ചു കാര്യങ്ങൾ ദിവസാടിസ്ഥാനത്തിൽ ചെയ്യുക എന്നതാണ് ഈ വഴി.അതോടൊപ്പം കുറച്ചു വസ്തുക്കൾ (ബൈബിൾ, ജപമാല, ഉത്തരീയം തുടങ്ങിയവ) നിർബന്ധമായും ജീവിതത്തിന്റെ ഭാഗമാക്കുക.നിർബന്ധമായും മനഃപൂർവമായും ചില കാര്യങ്ങൾ നിരന്തരമായി ചെയ്യുമ്പോൾ അവ നമ്മുടെ ജീവിതത്തിൽ ഒഴിച്ചുകൂടാനാവാത്ത ഘടകങ്ങളായി മാറുന്നു.ദൈവകാര്യങ്ങളിൽ താല്പര്യക്കുറവുള്ളവർ ഇതുപോലെ നിർബന്ധബുദ്ധിയോടെ വിശ്വാസത്തെ മുറുകെ പിടിക്കുവാൻ ശ്രമിക്കണം.

"നമ്മുടെ കർത്താവായ യേശുക്രിസ്തുവഴി നമുക്കു വിജയം നൽകുന്ന ദൈവത്തിനു നന്ദി.അതിനാൽ,എന്റെ വത്സലസഹോദരരേ, കർത്താവിൽ നിങ്ങളുടെ ജോലി

നിഷ്ഫലമല്ലെന്നു ബോധ്യപ്പെട്ട്, അവിടുത്തെ ജോലിയിൽ സദാ അഭിവൃദ്ധി പ്രാപിച്ച് സ്ഥിരചിത്തരും അചഞ്ചലരുമായിരിക്കുവിൻ ."(1 കോറിന്തോസ് 15 : 57-58)

വിശ്വാസത്തിൽ ഉറച്ച് നിൽക്കുവാൻ പലരും പല കാര്യങ്ങൾ ശ്രദ്ധിക്കുകയും പിന്തുടരുകയും ശീലമാക്കുകയും ചെയ്യുന്നതായി കണ്ടുവരാറുണ്ട്. ചിലർക്ക് ബൈബിൾ വായനയിലൂടെ ആയിരിക്കും വിശ്വാസത്തിൽ ഉറച്ചുനിൽക്കുവാൻ പ്രചോദനം കിട്ടുക. ചിലർക്ക് അനുദിനം ഉള്ള ജപമാലപ്രാർത്ഥന വഴിയായും മറ്റു നൊവേനകൾ വഴിയായും അനുദിനം ഉള്ള ദിവ്യബലി അർപ്പണം വഴിയായും വിശ്വാസത്തിൽ സ്ഥിരത ലഭിക്കുന്നു. എന്റെ വിശ്വാസത്തെ സ്വാധീനിക്കുന്ന കാര്യങ്ങൾ,വ്യക്തികൾ,വസ്തുക്കൾ തുടങ്ങിയവ ഏതൊക്കെ ആണെന്ന് ധ്യാനിക്കുന്നത് വളരെ ഉചിതമായിരിക്കും. അവ വിശകലനം ചെയ്യുകയും,നല്ലത് ആണെങ്കിൽ അതിനെ പ്രോത്സാഹിപ്പിക്കുകയും ചെയ്യുന്നത് തീർച്ചയായും വിശ്വാസ ജീവിതത്തിൽ വളരുവാൻ അത്യന്താപേക്ഷിതം ആണ്.

"ദൈവത്തിന്റെ സ്നേഹത്തിലേക്കും ക്രിസ്തു നൽകുന്ന സ്ഥൈര്യത്തിലേക്കും കർത്താവ് നിങ്ങളുടെ ഹൃദയങ്ങളെ നയിക്കട്ടെ."(2 തെസലോനിക്കാ 3 : 5)

❧

വചന വായനയ്ക്കായി

സങ്കീർത്തനം 91

പ്രാർത്ഥന

നല്ല ഈശോയെ ദൈവത്തോടുള്ള വിശ്വാസത്തിൽ ഉറച്ചു നിന്നു കൊണ്ട് തിരുസഭയുടെ കൂടെ ചേർന്നു ജീവിക്കുവാൻ വേണ്ട അനുഗ്രഹം എനിക്ക് നൽകേണമേ. വിശ്വാസം അടിസ്ഥാനപരമായി ബലമുള്ളതാകുവാൻ വേണ്ടിയുള്ള ഘടകങ്ങളെയും അവശ്യവസ്തുക്കളെയും വ്യക്തികളെയും മനസ്സിലാക്കുവാനും അവ ജീവിതത്തിൽ ശീലം ആകുവാനുമുള്ള ജ്ഞാനവും അനുഗ്രഹവും എനിക്ക് നൽകേണമേ. പരിശുദ്ധാത്മാവേ,അങ്ങയുടെ ജ്ഞാനം നൽകി വിശ്വാസത്തിൽ ധൈര്യത്തോടെ ഉറച്ചുനിൽക്കാൻ സഹായിക്കേണമേ.

വിശുദ്ധനെ ഓർക്കാം

യേശുക്രിസ്തുവിലുള്ള വിശ്വാസത്തിൽ ഉറച്ചുനിന്ന് രക്തസാക്ഷിയായി തീർന്ന വിശുദ്ധ സ്തേഫാനോസേ, ധൈര്യത്തോടുകൂടി യേശുവിലുള്ള വിശ്വാസത്തിൽ ഉറച്ചുനിൽക്കാനുള്ള കൃപയ്ക്കായി എനിക്കുവേണ്ടി മാധ്യസ്ഥം വഹിക്കേണമേ.

അനുദിന സമർപ്പണം

ഇന്നേദിവസം ഞാൻ ചെയ്യുന്ന എല്ലാ നന്മപ്രവർത്തികളും എന്റെ പ്രാർത്ഥനകളും ദൈവ വിശ്വാസത്തിൽ ഉറച്ചു നിൽക്കുന്നതിൽ പ്രാധാന്യം നൽകാതെ നിസ്സാരമായി കരുതി ജീവിക്കുന്ന എല്ലാ മനുഷ്യർക്കും വേണ്ടി സമർപ്പിക്കുന്നു.

നിർദ്ദേശം

എന്റെ ജീവിതത്തിൽ ദൈവവിശ്വാസത്തിലും കത്തോലിക്ക വിശ്വാസത്തിലും ഉറച്ചുനിന്ന് വളരുവാനും മുന്നേറുവാനും എന്തൊക്കെ വസ്തുക്കളാണ്,വ്യക്തികളാണ്, ശീലങ്ങളാണ് ആവശ്യമെന്ന് സ്വയമേ വിശകലനം ചെയ്യുന്നത് ഉചിതമായിരിക്കും.

കുറിപ്പുകള്‍

13

ദിവസം- 13 ക്രിസ്ത്യാനിയുടെ ആത്മീയ ആയുധങ്ങൾ.

"ദാവീദ് പ്രതിവചിച്ചു: വാളും കുന്തവും ചാട്ടുളിയുമായി നീ എന്നെ നേരിടാൻ വരുന്നു. ഞാനാകട്ടെ നീ നിന്ദിച്ച ഇസ്രായേൽ സേനകളുടെ ദൈവമായ സൈന്യങ്ങളുടെ കർത്താവിന്റെ നാമത്തിലാണ് വരുന്നത്. കർത്താവ് നിന്നെ ഇന്ന് എന്റെ കൈയിൽ ഏൽപിക്കും. ഞാൻ നിന്നെ വീഴ്ത്തും. നിന്റെ തല വെട്ടിയെടുക്കും. ഫിലിസ്ത്യരുടെ ശവശരീരങ്ങൾ പറവകൾക്കും കാട്ടുമൃഗങ്ങൾക്കും ഇരയാകും. ഇസ്രായേലിൽ ഒരു ദൈവമുണ്ടെന്ന് ലോകമെല്ലാം അറിയും. കർത്താവ് വാളും കുന്തവും കൊണ്ടല്ല രക്ഷിക്കുന്നതെന്ന് ഈ ജനത മനസ്സിലാക്കും. ഈ യുദ്ധം കർത്താവിന്റേതാണ്; അവിടുന്നു നിങ്ങളെ ഞങ്ങളുടെ കൈയിലേല്പിക്കും."
1 സാമുവൽ 17 : 45-47.

ക്രിസ്ത്യാനി തന്റെ ആത്മീയ യുദ്ധത്തിൽ മുന്നേറുന്നതിനായി അത്യാവശ്യമായി കരുതേണ്ട അഞ്ച് വസ്തുതകളെ കുറിച്ച് നമുക്ക് ഇന്ന് ധ്യാനിക്കാം.

1. വിശുദ്ധ ഗ്രന്ഥം - സ്വന്തമായി ഒരു ബൈബിൾ വാങ്ങി ഉപയോഗിക്കുക. ദിവസവും 15 മിനിറ്റ് എങ്കിലും ബൈബിൾ വായിക്കുക, ധ്യാനിക്കുവാൻ ശ്രമിക്കുക. കുറച്ചു നാളുകൾക്കുള്ളിൽ വചനത്തിലെ അർത്ഥവും ആഴവും പരിശുദ്ധാത്മാവ് വെളിപ്പെടുത്തി തന്നുതുടങ്ങും എന്നത് ഉറപ്പാണ്."അങ്ങേക്കെതിരേ പാപം ചെയ്യാതിരിക്കേണ്ടതിനു ഞാൻ അങ്ങയുടെ വചനം ഹൃദയത്തിൽ സൂക്ഷിച്ചിരിക്കുന്നു."(സങ്കീർത്തനങ്ങൾ 119 : 11).

2. ജപമാല - ദിവസവും മാതാവിനോടുള്ള ജപമാല ചൊല്ലുക. അനുദിനം ജപമാല ചൊല്ലുന്നതിലൂടെ എല്ലാ പൈശാചിക പ്രലോഭനങ്ങളിൽ നിന്നും സംരക്ഷണം ലഭിക്കുമെന്നത് ഉറപ്പുള്ള കാര്യമാണ്. സഭ നിർദ്ദേശിക്കുന്ന മറ്റ് ജപമാലകളും സൗകര്യാർഥം ഉൾക്കൊള്ളിക്കാവുന്നതാണ്.

3. ഉത്തരീയം,മെഡൽ - പരിശുദ്ധ അമ്മയുടെ നിരന്തര സംരക്ഷണം ലഭിക്കുന്നതോടൊപ്പം ഉത്തരീയവും മെഡലും ധരിക്കുമ്പോൾ വിശ്വാസത്തിൽ ഉറച്ചുനിൽക്കുവാൻ നാമറിയാതെ ശക്തരാവുകയും ചെയ്യും.അത് കാണുന്ന ചുറ്റുമുള്ളവർക്ക് നാം ഒരു നിരന്തര സാക്ഷ്യം നൽകുകയും ചെയ്യുന്നു. വിശുദ്ധ ബെനഡിക്റ്റിന്റെ മെഡൽ പിശാചിനെ ഓടിക്കാനുള്ള ഒരു ശക്തമായ ആയുധമാണ്.

4. Devotion(അനുദിന ധ്യാന പ്രാർത്ഥനകൾ), CCC(കത്തോലിക്കാ മതബോധനഗ്രന്ഥം), ബൈബിൾ പഠന/ മതബോധന(വീഡിയോ/ ഓഡിയോ)- ദിവസവും ഈശോയോടൊപ്പം ഉള്ള നിശബ്ദ സമയത്തിന് (quite time with Jesus) സഹായകമാകുന്ന ഡിവോഷൻ ഉപയോഗിക്കുക. അതോടൊപ്പം ക്രിസ്തീയ ടോക്കുകൾ

ദിവസ അടിസ്ഥാനത്തിൽ കേൾക്കുക. ഡാനിയേൽ പൂവണ്ണത്തിൽ ഫാദറിന്റെ വചന പഠനങ്ങളും ധ്യാനങ്ങളും അത്യധികം ഉപകാരപ്രദമാണ്. ശാലോം മീഡിയയുടെ 'റേഡിയോ വിൻഡ്' പോലെയുള്ള കത്തോലിക്കാ റേഡിയോ ചാനലുകളും വളരെ നല്ലതാണ്.

5. ബൈബിൾ ജേർണർലിങ്ങ് - ദിവസേന ബൈബിൾ വായിക്കുമ്പോൾ വിശുദ്ധഗ്രന്ഥം വായനയിൽ നമുക്ക് ലഭിക്കുന്ന ചിന്തകളും സ്പർശിക്കുന്ന വചനങ്ങളും ഒരു പുസ്തകത്തിൽ എഴുതി സൂക്ഷിക്കുന്നത് വിശ്വാസ വളർച്ചയ്ക്ക് വളരെ നല്ലതാണ്. എഴുതാനും വായിക്കുവാനും പഠിക്കുന്ന പ്രായം മുതൽ കുട്ടികളെയും ബൈബിൾ ജേർണൽ എഴുതാൻ പ്രേരിപ്പിക്കുക. ചിത്രങ്ങളും നിറങ്ങളും ഉപയോഗിച്ച് ബൈബിളും ബൈബിൾ ജേർണലും മനോഹരമാക്കാൻ കുട്ടികളെ പ്രോത്സാഹിപ്പിക്കുന്നത് എത്ര ഉചിതമാണ്.

ഈശോയെ, ക്രിസ്തീയ ആയുധങ്ങളുപയോഗിച്ച് ഈ ലോക ജീവിതത്തെ പൊരുതി ജയിക്കുവാനുള്ള കൃപ തരേണമേ. പരിശുദ്ധാത്മാവേ ഈ ആത്മീയ ആയുധങ്ങൾ നിർബന്ധമായും പാലിച്ച് ഉറച്ച വിശ്വാസത്തിൽ നിലനിൽക്കുന്നതിന് അനുദിനം പ്രോത്സാഹനം നൽകേണമേ.

വചന വായനയ്ക്കായി

സങ്കീർത്തനം 121

പ്രാർത്ഥന

വിശുദ്ധനെ ഓര്‍ക്കാം

ബൈബിള്‍ പണ്ഡിതരുടെ പ്രത്യേക വിശുദ്ധനായ വിശുദ്ധ ജെറോമേ, ബൈബിളിനെയും സഭയുടെ അനുശാസനങ്ങളെയും ശ്രദ്ധയോടെ പഠിക്കാന്‍ ഉള്ള പരിശുദ്ധാത്മാവിന്റെ കൃപയ്ക്കായി എനിക്കുവേണ്ടി മാധ്യസ്ഥം വഹിക്കേണമേ.

അനുദിന സമര്‍പ്പണം

ഇന്നേദിവസം ഞാന്‍ ചെയ്യുന്ന എല്ലാ നന്മപ്രവര്‍ത്തികളും എന്റെ പ്രാര്‍ത്ഥനകളും വിശുദ്ധ ഗ്രന്ഥമായ ബൈബിളിനെയും മറ്റ് വിശുദ്ധ വസ്തുക്കളെയും നിന്ദിക്കുന്ന എല്ലാവര്‍ക്കും വേണ്ടി സമര്‍പ്പിക്കുന്നു.

നിര്‍ദ്ദേശം

ഇന്ന് സൂചിപ്പിച്ച അഞ്ചു കാര്യങ്ങളും കാര്യമായി എടുത്തു പ്രാവര്‍ത്തികമാക്കി ആത്മാവിന് 'നല്ല ആഹാരം' നല്‍കാന്‍ ശ്രമിക്കുന്നത് ഉചിതമായിരിക്കും.

കുറിപ്പുകൾ

14

ദിവസം- 14 ഈശോയെ സമീപിക്കുവാൻ പാപം തടസ്സമാകുന്നുണ്ടോ?

"എന്നാൽ, നാം പാപങ്ങൾ ഏറ്റുപറയുന്നെങ്കിൽ, അവൻ വിശ്വസ്തനും നീതിമാനുമാകയാൽ, പാപങ്ങൾ ക്ഷമിക്കുകയും എല്ലാ അനീതികളിലും നിന്നു നമ്മെ ശുദ്ധീകരിക്കുകയും ചെയ്യും."

1 യോഹന്നാൻ 1 : 9

ജ്ഞാനസ്നാനം എന്ന കൂദാശ വഴി യേശുവിനെ സ്വന്തമാക്കി രക്ഷിക്കപ്പെട്ടവരാണ് നാം. ഈശോ കുരിശിൽ മരിച്ച് വിജയിച്ചതിന്റെ എല്ലാ ആനുകൂല്യങ്ങളും അതോടൊപ്പം നമുക്ക് ലഭിച്ചു. കുമ്പസാരം എന്ന രണ്ടാം മാമോദീസ വഴി അത് വീണ്ടും വീണ്ടും ഉറപ്പിക്കപ്പെട്ടു കൊണ്ടിരിക്കുന്നു. ഈശോ കുരിശിൽ മരിച്ചത് നമ്മുടെ പാപങ്ങൾക്ക് പരിഹാരമായാണ്.കുറ്റം ചെയ്ത് ജയിലിൽ കിടക്കുന്ന ഒരു കുറ്റവാളിക്ക് അഡ്വക്കേറ്റ് ജാമ്യം നേടി കൊടുക്കുന്നതുപോലെ മുഴുവൻ മനുഷ്യരാശിയുടെയും പാപങ്ങൾക്ക് ഈശോ താൻ

വഴിയും തന്റെ മരണം വഴിയും ജാമ്യം നിന്നു. പഴയനിയമത്തിൽ പാപപരിഹാര ബലിയായി അർപ്പിച്ച കുഞ്ഞാടിന് പകരം ഈശോ പുതിയനിയമത്തിലെ കുഞ്ഞാടായി.ദൈവ പിതാവിന്റെ നീതിയാണ് ഇവിടെ വെളിപ്പെടുന്നത്.കുറ്റം ചെയ്യുന്ന ഒരുവനും ശിക്ഷ കിട്ടാതെ പോവുകയില്ല എന്ന നിയമം ഈശോ നമുക്ക് വേണ്ടി കുരിശുമരണം വരിച്ചപ്പോൾ നീതികരിക്കപ്പെട്ടു. ആകയാൽ ഈശോയിൽ വിശ്വസിച്ച് അവിടുത്തെ സ്വീകരിക്കുന്ന ഏവനും നിത്യ നരകത്തിൽ നിന്നും രക്ഷിക്കപ്പെട്ടിരിക്കുന്നു.എന്നാൽ മാരകപാപികളും,നരകാഗ്നിയിലേക്ക് നയിക്കപ്പെടുന്ന പാപങ്ങളായി വചനവും സഭയും പഠിപ്പിക്കുന്ന കാര്യങ്ങൾ ചെയ്യുന്നവരും നിത്യനരകത്തിൽ നിന്നും രക്ഷ നേടാൻ അതിൽ നിന്നൊക്കെ ഒഴിഞ്ഞു നിൽക്കേണ്ടിയിരിക്കുന്നു.

എന്നിരുന്നാലും നാം പാപം ചെയ്യുമ്പോൾ അവ ഈ ലോക ജീവിതത്തിൽ കാലിക ശിക്ഷയ്ക്ക് കാരണമാകുന്നു. മാതാപിതാക്കളെ നിന്ദിക്കുന്ന ചിലർ കാലക്രമേണ മക്കളാൽ നിന്ദിക്കപ്പെടുന്നില്ലേ.അതുപോലെയാണ് കാലിക ശിക്ഷയും. മരണ നേരത്തുള്ള വിധിയിലും നമ്മുടെ പാപങ്ങൾക്ക് അനുസൃതം ശുദ്ധീകരണസ്ഥലത്തിലെ ദിനങ്ങൾ നിർണയിക്കുകയും,ദൈവവരപ്രസാദ അവസ്ഥയിൽ മരിക്കുന്നവർക്ക് സ്വർഗ്ഗം ലഭിക്കുകയും ചെയ്യും. ഇതിൽ ഏത് വേണമെന്ന് തീരുമാനിക്കേണ്ടത് നാം തന്നെയാണ്. കുറ്റബോധത്തോടെ കൂടി ഈശോയെ അനുദിനം സമീപിക്കുവാൻ നമുക്ക് കഴിയില്ല. പശ്ചാത്താപം ആണ് വേണ്ടത്,പരിഹാരവും. ദിവസവും നാം ഈശോയോട് സംസാരിക്കാൻ നിശ്ചയിച്ചിരിക്കുന്ന സമയം അന്ന് ചെയ്യുന്ന തെറ്റുകൾ പൂർണ്ണമായും പശ്ചാത്തപിച്ചു ഏറ്റു പറയാം. ഇനി അവ ആവർത്തിക്കാതെ പരിഹാരം ചെയ്യുന്നത്,നമ്മുടെ തെറ്റ്

വഴി വന്ന ഈശോയുടെ സങ്കടം ഏറെ കുറയ്ക്കും. ഏറ്റവും അടുത്ത കുമ്പസാരത്തിൽ പാപങ്ങൾ ഏറ്റു പറയുകയും ഇടയ്ക്കിടെ കുമ്പസാരിച്ച് പരിശുദ്ധിയിൽ ആയിരിക്കുകയും ചെയ്യാം. ഈശോയുടെ സ്നേഹം നമ്മിലേക്ക് ഒഴുകുന്നതിനും പരിശുദ്ധാത്മാവിന്റെ ഫലങ്ങളും ദാനങ്ങളും നമ്മിൽ വിളങ്ങുന്നതിനും തടസ്സമായി വരുന്ന നമ്മുടെ ചെറിയ തെറ്റുകൾ പോലും ഈശോയുടെ രക്തത്താൽ നമുക്ക് കഴുകാം. ക്രിസ്ത്യാനി എന്ന നിലയിൽ നമുക്ക് ലഭിച്ചിരിക്കുന്ന ഈ വിലയേറിയ ആനുകൂല്യങ്ങൾ നാം എത്രയോ അധികം നഷ്ടമാക്കി കളഞ്ഞു. ഇനി മുതൽ ഈ സമ്മാനങ്ങളെ നേരായ രീതിയിൽ നമുക്ക് ഉപയോഗിക്കാം.

വചന വായനക്കായ്

സങ്കീർത്തനം 51

പ്രാർത്ഥന

നല്ല ഈശോയെ, അങ്ങ് പീഡകൾ സഹിച്ച് കുരിശിൽ മരിച്ചത് എനിക്ക് വേണ്ടി കൂടെ ആണല്ലോ. അങ്ങയുടെ പീഡകളുടെ ഓർമ്മയെ പ്രതി പാപം ഒഴിവാക്കുവാനുള്ള അനുഗ്രഹം തരണമേ. തെറ്റുകൾ ഏറ്റുപറഞ്ഞ് കുറ്റമറ്റവനായി അനുദിനം അങ്ങയെ സമീപിക്കുവാനുള്ള കൃപ തരണമേ. പരിശുദ്ധാത്മാവേ പാപ സാഹചര്യങ്ങളിൽ അവയെ ഒഴിവാക്കുവാനുള്ള ധൈര്യം നൽകി എന്നെ അനുഗ്രഹിക്കേണമേ.

വിശുദ്ധനെ ഓർക്കാം

കുമ്പസാരത്തിന് വളരെയധികം പ്രാധാന്യം കൽപിച്ച വിശുദ്ധ പാദ്രെ പിയോയെ, കുമ്പസാരം എന്ന കൂദാശയെ അതിവിശുദ്ധം ആയി കണ്ട്, ലഭിക്കുന്ന അവസരങ്ങളിലെല്ലാം കുമ്പസാരിച്ച് ഈശോയോട് ചേർന്നിരിക്കാൻ ഉള്ള കൃപയ്ക്കായി മാധ്യസ്ഥം തരേണമേ.

അനുദിന സമർപ്പണം

ഇന്നേദിവസം ഞാൻ ചെയ്യുന്ന എല്ലാ നന്മപ്രവർത്തികളും എന്റെ പ്രാർത്ഥനകളും കുമ്പസാരം എന്ന കൂദാശയെ അവഹേളിക്കുകയും നിസ്സാരമായി കാണുകയും ചെയ്യുന്ന എല്ലാവർക്കും വേണ്ടി സമർപ്പിക്കുന്നു.

നിർദ്ദേശം

അനുദിനം ഉറങ്ങുന്നതിനു മുൻപുള്ള പ്രാർത്ഥന സമയം അന്നന്നുള്ള തെറ്റുകളെ ഓർത്ത് പശ്ചാത്തപിക്കുന്നത് ശാന്തമായ മനസ്സോടെ ഈശോയോടൊപ്പം ഉറങ്ങുവാൻ വളരെ സഹായകരമായിരിക്കും.

കുറിപ്പുകള്‍

15

ദിവസം -15 മറ്റുള്ളവരെ വിധിക്കുന്നതിനെപ്പറ്റി ചിന്തിക്കാം .

"വിധിക്കപ്പെടാതിരിക്കാൻ നിങ്ങളും വിധിക്കരുത്.നിങ്ങൾ വിധിക്കുന്ന വിധിയാൽത്തന്നെ നിങ്ങളും വിധിക്കപ്പെടും. നിങ്ങൾ അളക്കുന്ന അളവുകൊണ്ടു തന്നെ നിങ്ങൾക്കും അളന്നുകിട്ടും.നീ സഹോദരന്റെ കണ്ണിലെ കരടു കാണുകയും നിന്റെ കണ്ണിലെ തടിക്ഷണം ശ്രദ്ധിക്കാതിരിക്കുകയും ചെയ്യുന്നതെന്തുകൊണ്ട്?അഥവാ, നിന്റെ കണ്ണിൽ തടിക്ഷണം ഇരിക്കേ, സഹോദരനോട്, ഞാൻ നിന്റെ കണ്ണിൽ നിന്നു കരടെടുത്തുകളയട്ടെ എന്ന് എങ്ങനെ പറയും?കപടനാട്യക്കാരാ, ആദ്യം സ്വന്തം കണ്ണിൽ നിന്നു തടിക്ഷണം എടുത്തുമാറ്റുക. അപ്പോൾ സഹോദരന്റെ കണ്ണിലെ കരടെടുത്തുകളയാൻ നിനക്കു കാഴ്ച തെളിയും."
മത്തായി 7 : 1-5.

നാവ് കൊണ്ട് പല തിന്മകളും നാം ചെയ്യുന്നുണ്ട്.അടിസ്ഥാനപരമായി നാവു കാരണം

ഉണ്ടാകുന്ന തിന്മകളിൽ അനുദിന ജീവിതത്തിൽ നാം ശ്രദ്ധിക്കേണ്ടത് പരദൂഷണം എന്ന മേഖലയിലാണ്. പരദൂഷണത്തെ കുറിച്ച് രണ്ട് കാര്യങ്ങൾ പറഞ്ഞുകൊള്ളട്ടെ. ഒന്നാമതായി പരദൂഷണം പറയുന്ന വ്യക്തിക്ക് സമൂഹത്തിൽ നല്ല പേരല്ല ഉണ്ടാകാറുള്ളത്. രണ്ടാമതായി പരദൂഷണം പറയുക വഴി പറയുന്ന വ്യക്തിക്ക് ഒരു ഗുണവുമില്ല മറിച്ച് അനേകം തിരിച്ചടികൾ ജീവിതത്തിൽ ലഭിച്ചുകൊണ്ടിരിക്കുന്നു എന്നതാണ്. എന്നാൽ എല്ലാ വ്യക്തികളും ചെറിയ അളവിലെങ്കിലും മറ്റുള്ളവരെ കുറ്റം പറയുന്നവർ ആയിരിക്കും. രണ്ടോ അതിലധികം പേരോ സംസാരിക്കുമ്പോൾ മറ്റൊരാളുടെ നല്ലതല്ലാത്ത ഏത് കാര്യം പറഞ്ഞാലും അത് പരദൂഷണം ആകുന്നു. തെറ്റ് ചെയ്യാത്തവരായി ആരുമില്ല. ആരെയും വിധിക്കുവാൻ നമുക്ക് ഒരു അവകാശവുമില്ല. അതുകൊണ്ടുതന്നെ പറഞ്ഞിട്ട് ഒരു നന്മയും ഉണ്ടാവില്ല എന്ന് അറിഞ്ഞിട്ടും ഒരാളുടെ തെറ്റുകൾ പറഞ്ഞുപരത്തുന്നത് നല്ലതാണോ? ഒരാൾ നിനക്കെതിരെ തെറ്റ് ചെയ്താൽ അവനോട് ക്ഷമിക്കുവാനാണ് ഈശോ പറഞ്ഞത്. "അന്വേഷിച്ചറിയാതെ കുറ്റം ആരോപിക്കരുത്; ആദ്യം ആലോചന, പിന്നെ ശാസനം." (പ്രഭാഷകൻ 11 : 7)

ഒരുവനെ കുറിച്ച് കുറ്റം പറയുന്നത്, ഒരു മുറിവുണ്ടാകുമ്പോൾ ആ മുറിവിനെ വീണ്ടും വീണ്ടും കുത്തിനോവിക്കുന്നത് പോലെയാണ്. കുറ്റം പറയുന്നത് ഒഴിവാക്കുവാനുള്ള ഏറ്റവും നല്ല പ്രതിവിധി ആ വ്യക്തിക്ക് വേണ്ടി പ്രാർത്ഥിക്കുക എന്നതാണ്. ഒരാളെ പറ്റി ഒരു കുറ്റം മനസ്സിൽ ഓർമ്മ വരുമ്പോഴേ അത് പ്രാർത്ഥന ആക്കിയാൽ പതുക്കെ പതുക്കെ കുറ്റം പറയുന്ന ശീലം മാറിക്കൊള്ളും. "നിങ്ങളുടെ അധരങ്ങളിൽ നിന്ന് തിന്മയുടെ വാക്കുകൾ പുറപ്പെടാതിരിക്കട്ടെ. കേൾവിക്കാർക്ക് ആത്മീയചൈതന്യം പ്രദാനംചെയ്യുന്നതിനായി, അവരുടെ

ഉന്നതിക്കുതകുംവിധം നല്ല കാര്യങ്ങൾ സന്ദർഭമനുസരിച്ചു സംസാരിക്കുവിൻ."(എഫേസോസ് 4 : 29)പുതിയ തലമുറയിലെ ഒരു മോഡേൺ പരദൂഷണ ശീലം ആണ് സമൂഹമാധ്യമങ്ങളിൽ ഇന്ന് നിറഞ്ഞു നിൽക്കുന്നത്. ഒരു ലൈക്കും ഷെയറും കൊടുക്കുക വഴി നാമറിയാതെ പരദൂഷണം പറയുന്നവർ ആകുന്നു. ഒരാളെ പറ്റിയുള്ള മോശമായ വാർത്തയോ ഫോട്ടോയോ ലൈക്കും ഷെയറും ചെയ്തതുകൊണ്ട് നമുക്ക് എന്ത് നേട്ടമാണ് ഉണ്ടാക്കുന്നത്. സത്യാവസ്ഥ അറിയാതെ സമൂഹമാധ്യമങ്ങളിൽ വരുന്ന പോസ്റ്റുകൾ പ്രചരിപ്പിക്കുന്നത് വലിയ പാപം തന്നെയാണ്. പ്രത്യേകിച്ചും സഭയ്ക്ക് എതിരായും സന്യസ്തർക്കെതിരായും വരുന്ന പോസ്റ്റുകൾ പ്രചരിപ്പിക്കുന്നത് ക്രിസ്ത്യാനികൾക്ക് ഭൂഷണമല്ല . എന്നെയും നിന്നെയും സൃഷ്ടിച്ച പിതാവ് തന്നെയല്ലേ നമുക്ക് ചുറ്റുമുള്ളവരെയും സൃഷ്ടിച്ചത്. ആരും പൂർണ്ണരല്ല. എല്ലാവരിലും കുറവുകൾ ഉണ്ട്. മറ്റുള്ളവരെ പറ്റി പറയുന്ന ഒരു ചെറിയ കുറ്റത്തെ പ്രതി പോലും സ്വർഗീയ പിതാവിന് നാം ഉത്തരം കൊടുക്കേണ്ടി വരും.മറ്റുള്ളവരെ കുറ്റം പറയുവാനായി നാം എടുക്കുന്ന അളവുകോൽ ഉപയോഗിച്ച് തന്നെ ദൈവം നമ്മെയും അളക്കും. സമൂഹവും അതേ അളവുകോൽവെച്ച് നാം തെറ്റ് ചെയ്യുന്നുണ്ടോ എന്ന് പരിശോധിച്ചു കൊണ്ടിരിക്കും. സ്വന്തം മാതാപിതാക്കളെ നോക്കാത്ത ഒരുവനെ നാം കുറ്റം പറഞ്ഞാൽ അവനെ നാം അളക്കാൻ ഉപയോഗിച്ച ആ അളവുകോൽ തന്നെ ദൈവപിതാവും സ്വീകരിക്കും.,നാം നമ്മുടെ മാതാപിതാക്കളെ നന്നായി ശുശ്രൂഷിക്കുന്നുണ്ടോ എന്ന് പരിശോധിക്കും. ഇതുപോലെ തന്നെ എല്ലാ കാര്യങ്ങളിലും അവിടുന്ന് നമ്മെ സൂക്ഷ്മമായി നിരീക്ഷിക്കുന്നു. ആയതിനാൽ നമുക്ക് ജാഗരൂകരായിരിക്കാം.

വചന വായനയ്ക്കായി

സങ്കീർത്തനം 75

പ്രാർത്ഥന

സ്വർഗ്ഗീയ പിതാവേ,ചുറ്റുമുള്ളവരിൽ അങ്ങയെ കണ്ടുകൊണ്ട് എല്ലാവരിലും തിന്മയെക്കാൾ ഉപരി നന്മ കണ്ടെത്തുവാനുള്ള കൃപ തരണമേ. കുറ്റം പറയുവാനുള്ള എല്ലാവിധ അവസരങ്ങളും ഉപേക്ഷിക്കുവാനും അവഗണിക്കുവാനും ഉള്ള കൃപയ്ക്കായി പരിശുദ്ധാത്മാവേ അങ്ങയോട് ഞാൻ പ്രാർത്ഥിക്കുന്നു. സമൂഹമാധ്യമങ്ങളെ വളരെ ശ്രദ്ധയോടെ ഉപയോഗിക്കുവാനും ഈശോയുടെ സുവിശേഷം പകരുവാൻ സമൂഹമാധ്യമങ്ങൾ കൂടുതൽ ഉപയോഗപ്പെടുത്തുവാനും ഉള്ള പ്രചോദനം എനിക്ക് നൽകേണമേ.

വിശുദ്ധനെ ഓർക്കാം

വാഴ്ത്തപ്പെട്ട കാർലോ അക്വിറ്റിസ്സ് സമൂഹമാധ്യമങ്ങളെ ദൈവ വേലയ്ക്കായി ഉപയോഗിച്ചത് പോലെ ഞാനും സമൂഹമാധ്യമങ്ങളെ സമൂഹത്തിന്റെ നന്മയ്ക്കും കത്തോലിക്ക വിശ്വാസത്തിന്റെ ഉന്നതിക്കും വേണ്ടി ഉപയോഗിക്കുവാനുള്ള കൃപക്കായി പരിശുദ്ധ അമ്മേ,എനിക്കുവേണ്ടി ഈശോയോട് മാധ്യസ്ഥം അപേക്ഷിക്കണമേ.

അനുദിന സമർപ്പണം

ഇന്നേദിവസം ഞാൻ ചെയ്യുന്ന എല്ലാ നന്മപ്രവർത്തികളും എന്റെ പ്രാർത്ഥനകളും പരദൂഷണം ഒരു ദുശ്ശീലമായ എല്ലാവരുടെയും മാനസാന്തരത്തിന് വേണ്ടി സമർപ്പിക്കുന്നു.

നിർദ്ദേശം

കുറച്ചുനേരം നമ്മിൽ കുറ്റം പറയുന്ന ശീലം ഉണ്ടോ എന്ന് വിശകലനം ചെയ്യുകയും അവയെ മാറ്റുവാൻ എന്തൊക്കെ ചെയ്യുവാൻ സാധിക്കും എന്ന് ആലോചിക്കുകയും, അത് മാറ്റാനുള്ള തീരുമാനം എടുക്കുകയും ചെയ്യുന്നത് ഉചിതമായിരിക്കും.

കുറിപ്പുകള്‍

16

ദിവസം -16 "അങ്ങയുടെ രാജ്യം വരേണമേ, അങ്ങയുടെ തിരുമനസ്സ് സ്വർഗ്ഗത്തിലെപ്പോലെ ഭൂമിയിലും ആകേണമേ".

"അത്യുന്നതനായ ദൈവത്തെ ഞാൻ വിളിച്ചപേക്ഷിക്കുന്നു; എനിക്കുവേണ്ടി എല്ലാം ചെയ്തുതരുന്ന ദൈവത്തെത്തന്നെ."
സങ്കീർത്തനങ്ങൾ 57 : 2

സങ്കടങ്ങളാൽ വേദനിക്കുന്നവരാണ് നമ്മിൽ പലരും.ജീവിതത്തിലെ ഏതെങ്കിലും ഒരു കാലം മനുഷ്യന് പ്രയാസ ഘട്ടങ്ങളിലൂടെ കടന്നു പോകേണ്ടിവരും. ദാരിദ്ര്യം,രോഗം, തൊഴിലില്ലായ്മ, മാനസിക ക്ലേശം, അവഗണന,ബന്ധങ്ങളിൽ ഉള്ള വിള്ളലുകൾ, മക്കളെ കിട്ടാത്ത വേദന തുടങ്ങി ഒന്നോ അതിലധികമോ സങ്കടങ്ങൾ എപ്പോഴെങ്കിലും നാം അനുഭവിക്കുന്നു. ഈശോ ഒരു

വ്യക്തിയെ തന്നിലേക്ക് ആകര്‍ഷിക്കുന്നത് ഒന്നുകില്‍ ഇങ്ങനെ ഒരു അവസ്ഥയിലായിരിക്കുമ്പോള്‍ ആകും. ഈ പറഞ്ഞ ക്ലേശങ്ങള്‍ ഒക്കെയും ലൗകികം ആണ്. ക്ലേശത്തിന് നടുവില്‍ ഉഴലുന്ന ഒരു വ്യക്തിക്ക് , അവിടുത്തെ അറിയുവാനും അവിടുത്തോട് അടുക്കുവാനും വ്യക്തികള്‍ വഴിയോ അനുഭവങ്ങള്‍ വഴിയോ പല അവസരങ്ങളും ഈശോ നല്‍കുന്നു. ആ വ്യക്തി തന്റെ യുക്തിക്ക് അനുസൃതമായി ആ അവസരങ്ങള്‍ ഉപയോഗിച്ച് ഈശോയിലേക്ക് അടുക്കുകയും അവിടുന്ന് അവനെ ആശ്വസിപ്പിക്കുകയും ചെയ്യും.എന്നാല്‍ ഈശോ പെട്ടെന്ന് ഒരു അത്ഭുതം ചെയ്തു നമ്മുടെ ക്ലേശങ്ങള്‍ തീര്‍ത്തു സൗഭാഗ്യവും സൗഖ്യവും നല്‍കി നമ്മെ രക്ഷിക്കണം എന്നില്ല. പലപ്പോഴും ദു:ഖത്തിന് നടുവില്‍,തന്നോടുള്ള സൗഹൃദത്തില്‍ ഈശോ ആ വ്യക്തിയെ ദൈവവുമായുള്ള ബന്ധത്തില്‍ വളര്‍ത്തി,പതുക്കെ ഒരു പുതിയ ആത്മീയ വ്യക്തിയായി ഉയര്‍ത്തുന്നത് നമുക്ക് കാണാം. ഈശോ എത്ര മനോഹരമായാണ് ഇത് നിര്‍വഹിക്കുന്നത്.

ഈശോ ഒന്ന് ചേര്‍ത്ത് പിടിച്ചു കഴിയുമ്പോള്‍,ആ സ്നേഹ വലയത്തിനുള്ളില്‍ നമ്മുടെ ക്ലേശങ്ങള്‍ ഒന്നുമല്ലാതായിത്തീരുന്നു. നീ ഏതെങ്കിലും ദുരിതത്തില്‍ ഉഴലുന്നവനാണെങ്കില്‍ , നീ പിതാവേ എന്ന് വിളിക്കുവാനും നിന്നെ ആശ്വസിപ്പിക്കുവാനും ആഗ്രഹിച്ച് കാത്തുനില്‍ക്കുന്ന ഒരു ദൈവം തീര്‍ച്ചയായും നിന്റെ പക്കലുണ്ട്,നിന്റെ ഉള്ളില്‍ ഉണ്ട്. അതുകൊണ്ട് തന്നെ വേദനയുടെ കാലങ്ങളില്‍ മറ്റെല്ലാ വഴികളും തേടി ഉത്തരം കിട്ടാതെയും ആശ്വാസം ലഭിക്കാതെയും തളരുന്നതിനെക്കാളും നല്ലത് നിന്റെ തൊട്ടടുത്ത് തന്നെയുള്ള ഈശോയെ ആശ്രയിക്കുന്നത് അല്ലേ. അവിടുത്തെ തിരുമനസ്സ് അനുസരിച്ച് ജീവിച്ച്, അവിടുത്തെ രാജ്യത്തില്‍ ആയിരിക്കുന്നതില്‍ പരം

സന്തോഷം നമുക്ക് വേറെ എന്തുണ്ട്.

ഈശോയുടെ പക്കൽ എല്ലാവിധ സങ്കടത്തിനും ആശ്വാസവും ഉത്തരവും ഉണ്ട് എന്നുള്ളത് ഉറപ്പാണ്.നമ്മുടെ പ്രശ്നം എത്ര ചെറുതോ വലുതോ ആയിക്കൊള്ളട്ടെ, അവയ്ക്കൊക്കെ ഈശോ തരുന്ന നിത്യമായ ആശ്വാസവും പ്രതിവിധിയും പോലെ ഗ്യാരണ്ടിയുള്ള മറ്റൊരിടവുമില്ല.

❧

വചന വായനയ്ക്കായി

സങ്കീർത്തനം 57

പ്രാർത്ഥന

എന്നെ അത്യധികം സ്നേഹിക്കുന്ന ഈശോയെ,എന്റെ ജീവിതത്തിലെ പ്രശ്നങ്ങളിൽ നീ അടുത്തുണ്ടായിട്ടും നിന്നെ അറിയാതെ പോയ, അന്വേഷിക്കാതെ പോയ എല്ലാ നിമിഷങ്ങളെയും ഓർത്ത് ഞാൻ ദുഃഖിക്കുന്നു. അനുദിന ജീവിതത്തിലെ എല്ലാ സാഹചര്യങ്ങളിലും ആദ്യമേ അങ്ങയിൽ ആശ്രയിക്കാനും ദൈവഹിതപ്രകാരമുള്ള ഉത്തരം കണ്ടെത്തുവാനും എന്നെ അനുഗ്രഹിക്കേണമേ.പരിശുദ്ധാത്മാവേ, ജീവിതത്തിലുണ്ടാകുന്ന വിഷമങ്ങളിൽ മറ്റു വഴികൾ തേടി പോകാതെ ദൈവത്തിൽ ആശ്രയിക്കുവാൻ എന്നും എനിക്ക് പ്രചോദനം നൽകേണമേ.

വിശുദ്ധനെ ഓർക്കാം

അസാധ്യകാര്യങ്ങളുടെ മധ്യസ്ഥനായ വിശുദ്ധ യൂദാതദേവൂസേ, എന്‍റെ എല്ലാ വിഷമ സന്ധികളിലും അസാധ്യ കാര്യങ്ങളിലും ദൈവത്തില്‍ ആശ്രയിക്കുവാനും അവിടുത്തെ പക്കല്‍ നിന്നും യഥാര്‍ത്ഥമായ ഉത്തരം കണ്ടെത്തുവാനുമുള്ള അനുഗ്രഹത്തിനായി എനിക്ക് വേണ്ടി മാധ്യസ്ഥം വഹിക്കേണമേ.

അനുദിനസമര്‍പ്പണം

ഇന്നേദിവസം ഞാന്‍ ചെയ്യുന്ന എല്ലാ നന്മപ്രവര്‍ത്തികളും എന്‍റെ പ്രാര്‍ത്ഥനകളും ജീവിതത്തിലെ പ്രതിസന്ധികളില്‍ മറ്റു വഴികള്‍ തേടി പോയി അപകടത്തിലും നിരാശയിലും അകപ്പെട്ടു പോകുന്ന എല്ലാവര്‍ക്കും വേണ്ടി സമര്‍പ്പിക്കുന്നു.

നിര്‍ദ്ദേശം

അനുദിനജീവിതത്തില്‍ ചെറുതും വലുതുമായ സങ്കടങ്ങളും പ്രതിസന്ധികളും ഉണ്ടാകുമ്പോള്‍ ആദ്യം ആരെയും എന്തിനേയുമാണ് ആശ്രയിക്കുന്നത് എന്ന് ആത്മപരിശോധന നടത്തുകയും ഇനിയും ഇതുപോലെയുള്ള അവസരങ്ങളില്‍ നമ്മുടെ ആശ്രയം എവിടെ ആയിരിക്കണമെന്ന് തീരുമാനിക്കുകയും ചെയ്യുന്നത് ഉചിതമായിരിക്കും.

കുറിപ്പുകൾ

17

ദിവസം- 17
അനുഗ്രഹങ്ങൾ വേണോ?

"എന്നെ അയച്ചപിതാവ് ആകർഷിച്ചാലല്ലാതെ ഒരുവനും
എന്റെ അടുക്കലേക്കു വരാൻ സാധിക്കുകയില്ല.
അന്ത്യദിനത്തിൽ അവനെ ഞാൻ ഉയിർപ്പിക്കും.
അവരെല്ലാവരും ദൈവത്താൽ പഠിപ്പിക്കപ്പെട്ടവരാകും
എന്ന് പ്രവാചകഗ്രന്ഥങ്ങളിൽ എഴുതപ്പെട്ടിരിക്കുന്നു.
പിതാവിൽ നിന്നു ശ്രവിക്കുകയും പഠിക്കുകയും
ചെയ്തവരെല്ലാം എന്റെ അടുക്കൽ വരുന്നു."
യോഹന്നാൻ 6 : 44-45

സങ്കടങ്ങളിൽ ഈശോയെ ആശ്രയിക്കുമ്പോൾ ചിലപ്പോൾ
നമ്മുടെ ക്ലേശത്തിന് ഒരു കുറവും കാണുന്നില്ലല്ലോ എന്ന്
നമുക്ക് തോന്നാം.ഈശോയോട് ചേർന്ന് കഴിഞ്ഞ്
ജീവിതത്തിലേക്ക് തിരിഞ്ഞു നോക്കുമ്പോൾ ചിലപ്പോൾ ഒന്നും
മാറി കാണില്ല. എല്ലാം പഴയത് പോലെ തന്നെ ആയിരിക്കും.
എന്നാൽ നാമതിനെ കാണുന്നത് വേറൊരു
തലത്തിലായിരിക്കും.ദുഃഖത്തെ അതിജീവിക്കുവാനുള്ള ഒരു
വലിയ മാനസിക ശക്തി ഈശോ നമുക്ക് തന്ന്

കഴിഞ്ഞിരിക്കും.യേശുവിനോട് ഒന്നായി കഴിയുമ്പോൾ ഉള്ള ഏറ്റവും വലിയ സൗഭാഗ്യം വിശ്വാസത്തിലുള്ള വളർച്ചയാണ്.അതുവഴി നമ്മുടെ ആത്മീയ മേഖലകൾ ഒക്കെ വിശുദ്ധീകരിക്കപ്പെടുന്നത് കാണാം.നമ്മുടെ ഉള്ളിലെ ദേഷ്യം, വെറുപ്പ്, കുറ്റം പറച്ചിൽ, പ്രാർത്ഥനയിൽ മടുപ്പ് തുടങ്ങിയവയൊക്കെ പതുക്കെ ഇല്ലാതാകുന്നത് അനുഭവിച്ചറിയാൻ കഴിയും.ഇതോടൊപ്പം നാമറിയാതെതന്നെ നമ്മിലുള്ള എല്ലാ മുറിവുകളും ഈശോ ഉണക്കുന്നു. ഒരിക്കലും ക്ഷമിക്കാൻ കഴിയില്ല എന്ന് നാം കരുതിയ വ്യക്തികളോട് ക്ഷമിക്കുവാൻ യേശുക്രിസ്തു അനുഗ്രഹം തരുന്നു.അങ്ങനെ നമ്മുടെ ആത്മീയ തലങ്ങളെ യേശു വിശുദ്ധീകരിച്ചു കൊണ്ടിരിക്കുന്നു.എല്ലാ ലൗകിക ക്ലേശങ്ങളും മറന്ന് ഈശോയെ നോക്കി ജീവിക്കാൻ തുടങ്ങുമ്പോൾ നാമറിയാതെ യേശു നമ്മുടെ ലൗകിക മേഖലയിലെ വേദനകളും നീക്കിയിട്ടുണ്ടാകും.

അത് അറിയുമ്പോഴേക്കും,പുതിയ ആത്മീയ വ്യക്തികളായ നാം നമ്മുടെ ലൗകിക ജീവിതത്തിലെ പുതിയ സമ്മാനങ്ങളെക്കാളും ആത്മീയ ജീവിതത്തിലെ സമ്മാനങ്ങൾ അധികമായി വിലമതിക്കുകയും കൂടുതൽ നന്ദിയുള്ളവരായി തീരുകയും ചെയ്യും. എത്ര മനോഹരമായാണ് ഈശോ നമ്മെ വളർത്തുകയും താങ്ങുകയും ചെയ്യുന്നത്.

വചന വായനയ്ക്കായി

സങ്കീർത്തനം 25, സങ്കീർത്തനം 4

പ്രാര്‍ത്ഥന

സ്വര്‍ഗ്ഗീയ പിതാവേ, ഞാന്‍ ആയിരിക്കുന്ന ഈ അവസ്ഥയില്‍ എന്നെ ആകര്‍ഷിച്ചു അങ്ങയുടെ പുത്രനോട് ചേര്‍ക്കേണമേ. ജീവിതത്തില്‍ അവ നേരിടുന്ന പരീക്ഷണങ്ങളെ അങ്ങയോട് അടുക്കുവാനുള്ള അവസരങ്ങളായി കണ്ട് അവ സ്വീകരിക്കുവാനുള്ള കൃപ തരേണമേ. ഈശോയേ, അങ്ങയോടൊപ്പം ആയിരിക്കുന്നതില്‍ കവിഞ്ഞ ഒന്നും അമിതമായി ആഗ്രഹിക്കാതിരിക്കാന്‍ എന്നെ എപ്പോഴും ഓര്‍മ്മിപ്പിക്കണമേ.

വിശുദ്ധനെ ഓര്‍ക്കാം

പുത്രനെ കുറിച്ചുള്ള ദുഃഖത്തില്‍ നിന്നും രക്ഷ നെടുവാന്‍ ദൈവത്തില്‍ ആശ്രയിച്ച്,മകനായ വിശുദ്ധ അഗസ്റ്റിനോപ്പം വിശുദ്ധയായി തീര്‍ന്ന വിശുദ്ധ മോനിക്കയേ, പ്രതിസന്ധികളില്‍ ഈശോയോട് ചേര്‍ന്ന് നില്‍ക്കുവാനും അതുവഴി വിശുദ്ധീകരിക്കപ്പെടുവാനുള്ള കൃപയ്ക്കായി എനിക്ക് വേണ്ടി മാധ്യസ്ഥം വഹിക്കേണമേ.

അനുദിന സമര്‍പ്പണം

ഇന്നേദിവസം ഞാന്‍ ചെയ്യുന്ന എല്ലാ നന്മപ്രവര്‍ത്തികളും എന്റെ പ്രാര്‍ത്ഥനകളും പ്രതിസന്ധികളില്‍ ദൈവത്തെ ആശ്രയിച്ചിട്ടും ഉദ്ദേശിക്കുന്ന ഉത്തരം കിട്ടാതെ പ്രാര്‍ത്ഥനയില്‍ മടുത്തു മറ്റു വഴികള്‍ തേടി പോകുന്ന എല്ലാവര്‍ക്കും വേണ്ടി സമര്‍പ്പിക്കുന്നു.

നിർദ്ദേശം

നമ്മുടെ എല്ലാ സങ്കടങ്ങളും ദുരിതങ്ങളും മുഴുവനായും ഈശോയ്ക്ക് സമർപ്പിക്കുക. അവയെക്കുറിച്ച് ആകുലപ്പെടുന്നത് കഴിവതും ഒഴിവാക്കി ഈശോയിൽ ആശ്രയിക്കുന്നുണ്ട് എന്ന് ഇടയ്ക്കിടെ ഉറപ്പുവരുത്തുന്നത് ഉചിതമായിരിക്കും.

കുറിപ്പുകൾ

'എന്റെ കർത്താവേ,എന്റെ ദൈവമേ...'

18

ദിവസം- 18 വചനത്തിന്റെ ശക്തി.

"ഹൃദയത്തിൽ ജ്ഞാനമുള്ളവൻ വിവേകിയെന്ന്
അറിയപ്പെടുന്നു.ഹൃദ്യമായ ഭാഷണം കൂടുതൽ
അനുനയിപ്പിക്കുന്നു.വിവേകം ലഭിച്ചവന് അതു ജീവന്റെ
ഉറവയാണ്;ഭോഷത്തം ഭോഷനുള്ള
ശിക്ഷയത്രെ.വിവേകിയുടെ മനസ്സ് വാക്കുകളെ
യുക്തിയുക്തമാക്കുന്നു;അങ്ങനെ അതിനു പ്രേരകശക്തി
വർധിക്കുന്നു.ഹൃദ്യമായ വാക്കു തേൻ പോലെയാണ്. അത്
ആത്മാവിനു മധുരവും ശരീരത്തിന് ആരോഗ്യപ്രദവുമാണ്."
സുഭാഷിതങ്ങൾ 16 : 21-24

ഓരോ വാക്കിനും ശക്തിയുണ്ട്.നമുക്ക് പ്രിയമുള്ള ഒരാൾ
നമ്മോട് ദേഷ്യപ്പെടുമ്പോൾ ഉപയോഗിക്കുന്ന വാക്കുകൾ
നമ്മെ വളരെയധികം തളർത്താറുണ്ട്, അല്ലേ. അതുപോലെ
തന്നെ നമുക്ക് ലഭിക്കുന്ന പ്രചോദനപരമായ വാക്കുകൾ
അത്രയധികമായിത്തന്നെ നമ്മെ വളർത്തുവാൻ
ഉതകുന്നവയുമാണ്.അപ്പോൾ മറ്റുള്ളവരോട്
സംസാരിക്കുമ്പോഴും നാം വളരെയധികം

സൂക്ഷിക്കേണ്ടതല്ലേ.ഒരു കുട്ടിയോട് 'നീ ഒന്നിനും കൊള്ളില്ല' എന്ന് പറയുമ്പോൾ കുറച്ചു നേരത്തെ പരിഭവത്തിനുശേഷം അവൾ അത് മറന്നാലും ആ വാക്കുകൾ ഹൃദയത്തിൽ ഉണ്ടാക്കിയ മുറിവ് ആഴം ഉള്ളതായിരിക്കും.വളർന്ന് പക്വത എത്തുമ്പോഴും ആ വ്യക്തിയുടെ സ്വഭാവത്തിൽ ആ മുറിവിന്റെ പ്രതിഫലനങ്ങൾ ഉണ്ടാകാം.നമ്മുടെ ജീവിതത്തിലും നാം അറിഞ്ഞോ അറിയാതെയോ വന്നിട്ടുള്ള ഇത്തരത്തിലുള്ള മുറിവുകൾ കാലക്രമേണ സ്വഭാവത്തിൽ വെളിപ്പെട്ടു വരാറുണ്ട്. നമ്മുടെ ഉള്ളിലുള്ള പരിശുദ്ധാത്മാവിന്റെ കൃപയിൽ രക്ഷകനായ ഈശോ നമ്മുടെ എല്ലാ മുറിവുകളും തന്റെ കുരിശുമരണത്തിൽ ഏറ്റെടുത്തു എന്ന് നാം വിശ്വസിക്കേണ്ടിയിരിക്കുന്നു.നമ്മുടെ ആന്തരികമുറിവുകൾ ഈശോയുടെ കുരിശിനോട് ചേർക്കാം.

മറ്റുള്ളവർക്ക് ഇതുപോലുള്ള മുറിവുകൾ നൽകാതിരിക്കാനും നാം അതിയായി ശ്രദ്ധിക്കേണ്ടതല്ലേ.നമ്മുടെ ഓരോ വാക്കുകളും ശ്രദ്ധയുള്ളത് ആയിരിക്കട്ടെ. നമ്മുടെ പ്രിയപ്പെട്ടവരെ തെറ്റിൽനിന്നും അപകടത്തിൽ നിന്നും സംരക്ഷിക്കുവാൻ,അവരുടെ നന്മയെ കരുതി നാം പറയുന്ന കാര്യങ്ങൾ പോലും സൂക്ഷ്മതയോടെ,ദൈവകൃപയിൽ പറയുവാൻ നമുക്ക് ശ്രമിക്കാം.ഒരുവന്റെ നന്മയെയും കഴിവുകളെയും നിരുത്സാഹപ്പെടുത്തുന്ന രീതിയിൽ ഒന്നും സംസാരിക്കാതിരിക്കാൻ നമുക്ക് ശ്രദ്ധിക്കാം. ഇതുപോലെതന്നെ വളരെ പ്രധാനപ്പെട്ടതാണ് കരുണയോടും സ്നേഹത്തോടും പ്രോത്സാഹനപരമായും ചുറ്റുമുള്ളവരോട് സംസാരിക്കുക എന്നത്.ഇത് നാം വളരെ ശ്രദ്ധയോടെ ബോധപൂർവം പരിശീലിച്ച് വളർത്തിയെടുക്കേണ്ട ഒരു പ്രധാന സ്വഭാവമാണ്. വീട്ടിൽനിന്ന് തന്നെ ഇത് പരിശീലിച്ചു തുടങ്ങിയാൽ നാം ജീവിക്കുന്ന സമൂഹത്തിൽ നമ്മുടെ

ഭാഷയും സംസാരരീതിയും നന്മയുളവാക്കും.ചുറ്റുമുള്ളവരിൽ നന്മ കാണുമ്പോൾ അവരെ അഭിനന്ദിക്കാം. കൂടുതൽ നന്നായി ചെയ്യുവാൻ അവരെ പ്രോത്സാഹിപ്പിക്കാം.സങ്കടങ്ങളിൽ ആശ്വസിപ്പിക്കാം. പ്രചോദനം നൽകാം.

ഇങ്ങനെയൊക്കെ മറ്റുള്ളവരോട് ചെയ്യുവാൻ സാധിക്കണമെങ്കിൽ ആദ്യം നമ്മോട് തന്നെയും കരുണ കാട്ടേണ്ടിയിരിക്കുന്നു. നെഗറ്റീവ് ആയിട്ടുള്ള ഒന്നും സ്വയമേ പറയാതിരിക്കുക.എന്നെ ഒന്നിനും കൊള്ളില്ല,ഭംഗിയില്ല,കഴിവില്ല എന്നൊക്കെ പറഞ്ഞ് സ്വന്തം ആത്മാവിനെ വേദനിപ്പിക്കാതെ സങ്കടങ്ങളിൽ ഈശോയോട് ചേർന്നിരിക്കുക. അവിടുന്ന് നിന്നെ ആശ്വസിപ്പിക്കും. ദിവസവും തന്നെത്തന്നെ പ്രചോദിപ്പിക്കുന്ന കാര്യങ്ങൾ യേശുനാമത്തിൽ ആത്മാവിനോട് പറയുക. നമ്മുടെ വാക്കുകളുടെ ശക്തി ഈശോയുടെ നാമത്തിൽ നമുക്ക് ഉപയോഗിക്കാം. ഒരു മനുഷ്യന്റെ വാക്കിന് ഇത്ര ശക്തിയുണ്ടെങ്കിൽ ദൈവത്തിന്റെ വചനത്തിന്റെ ശക്തി എത്രത്തോളം ഉണ്ടാകും!

൫

വചന വായനയ്ക്കായി

സങ്കീർത്തനം 46

പ്രാർത്ഥന

നല്ല ഈശോയെ, അങ്ങ് തന്ന നാവുപയോഗിച്ച് മറ്റുള്ളവരോടും എന്നോട് തന്നെയും നന്മയുള്ള വാക്കുകൾ പറയുവാൻ എന്നെ പഠിപ്പിക്കേണമേ. എന്റെ നാവാൽ ഒത്തിരി പേർക്ക് പ്രചോദനവും പ്രോത്സാഹനവും നൽകുവാൻ

എനിക്ക് സാധിക്കട്ടെ. ഇതുവരെയും ഞാൻ എന്നോടും മറ്റുള്ളവരോടും പറഞ്ഞ നെഗറ്റീവായുള്ള എല്ലാ വാക്കുകളെയും പ്രതി ഞാൻ ഇപ്പോൾ ദുഃഖിക്കുകയും അങ്ങയോട് മാപ്പപേക്ഷിക്കുകയും ചെയ്യുന്നു. പരിശുദ്ധാത്മാവേ,എന്റെ നാവിനെ വിശുദ്ധീകരിക്കേണമേ.

വിശുദ്ധനെ ഓർക്കാം

കുഞ്ഞുങ്ങളോടും ചുറ്റുമുള്ളവരോടും നല്ല വാക്കുകൾ പറയാൻ മാത്രം ശീലിച്ച വിശുദ്ധ അൽഫോൻസാമ്മയെ,നാവിനെ നന്മയ്ക്കു വേണ്ടി മാത്രം ഉപയോഗിക്കുവാനുള്ള വിവേകത്തിനായി എനിക്ക് വേണ്ടി മാധ്യസ്ഥം വഹിക്കേണമേ.

അനുദിന സമർപ്പണം

ഇന്നേദിവസം ഞാൻ ചെയ്യുന്ന എല്ലാ നന്മപ്രവർത്തികളും എന്റെ പ്രാർത്ഥനകളും നാവിനെ ദുരുപയോഗിക്കുന്ന ഏവരുടെയും മനസാന്തരത്തിനായി സമർപ്പിക്കുന്നു.

നിർദേശം

നാവുപയോഗിച്ച് നാം ചെയ്യുന്ന തിന്മകൾ ഏവയെന്ന് ചിന്തിച്ചു അവ ഇനിമേൽ ആവർത്തിക്കാതിരിക്കുവാൻ വേണ്ട മുൻകരുതലുകൾ എടുത്തു മനസ്സിനെ നിയന്ത്രിക്കുമെന്ന് ഉറപ്പിക്കുന്നത് ഉചിതമാണ്.

കുറിപ്പുകൾ

19

ദിവസം- 19
ദൈവവചനത്തിന്റെ ശക്തി.

"വിശുദ്ധലിഖിതമെല്ലാം ദൈവനിവേശിതമാണ്. അവ പ്രബോധനത്തിനും ശാസനത്തിനും തെറ്റുതിരുത്തലിനും നീതിയിലുള്ള പരിശീലനത്തിനും ഉപകരിക്കുന്നു."
2 തിമോത്തേയോസ് 3 : 16.

മനുഷ്യമനസ്സ് എന്നും ചോദ്യങ്ങളും സംശയങ്ങളും നിറഞ്ഞതാണ്.ബൈബിൾ തുറന്നാൽ നമ്മുടെ എല്ലാ ചോദ്യങ്ങൾക്കും പ്രശ്നങ്ങൾക്കും ഉത്തരം ലഭിക്കും.ഏത് പ്രതിസന്ധിയിലും അവിടുത്തെ വചനം തരുന്ന ആശ്വാസം പോലെ എവിടെയും നമുക്ക് ലഭിക്കുകയില്ല. ഒരു തവണ ദൈവവചനത്തിന്റെ ശക്തി അനുഭവിച്ചാൽ പിന്നെ ഒരിക്കലും നാം ബൈബിൾ നിലത്ത് വെക്കില്ല.വിശുദ്ധ ബൈബിൾ വഴിയായി ജീവിതം മാറി മറിഞ്ഞ എത്രയോ വ്യക്തികളുണ്ട്.വചനത്തെ അന്വേഷിക്കുന്ന ഏതൊരു വ്യക്തിയുടെയും ജീവിതം നവീകരിക്കപ്പെടും. ഈ

ലോകത്തിലെ സർവ്വവിധ ജീവിതങ്ങളിലും എല്ലാവിധ ക്ലേശങ്ങളിലും എല്ലാവിധ രോഗങ്ങളിലും എല്ലാവിധ സ്വഭാവ ദൂഷ്യങ്ങളിലും എല്ലാവിധ ആധികളിലും സങ്കടങ്ങളിലും ഉഴലുന്ന എല്ലാവിധ മനുഷ്യർക്കുമുള്ള ഉത്തരങ്ങളും ആശ്വാസവചനങ്ങളും പരിഹാര വചനങ്ങളും വാഗ്ദാനങ്ങളും അനുഗ്രഹങ്ങളും വിശുദ്ധ ഗ്രന്ഥത്തിൽ ദൈവ പിതാവ് നമുക്കായി രേഖപ്പെടുത്തിയിട്ടുണ്ട്. അതൊന്ന് തുറന്നു വായിക്കുക മാത്രമാണ് നാം ചെയ്യേണ്ടത്. വചനം മാംസമായി അവതരിച്ച ഈശോ തന്നെയാണ് ബൈബിൾ വായിക്കുമ്പോൾ നമ്മോട് സംസാരിക്കുന്നത്.

വ്യക്തിപരമായി ഒരു ദൈവാനുഭവം കിട്ടുന്നില്ല എന്ന് നാം പലപ്പോഴും ദൈവത്തോട് പരാതി പറഞ്ഞിട്ടുണ്ട് അല്ലേ. ഈശോയെ ഒന്ന് നേരിൽ കാണുവാൻ, കണ്ട് സംസാരിക്കുവാൻ,യഥാർത്ഥമായി അനുഭവിക്കുവാൻ, ജീവിതകാലം മുഴുവൻ ആ അനുഭവം ഹൃദയത്തിൽ സൂക്ഷിച്ച് വിശ്വാസത്തിൽ നിലനിൽക്കുവാൻ നാം ആഗ്രഹിച്ചിട്ടുണ്ട്. നേരിൽ കാണാത്ത ഒരു വ്യക്തിയെ എങ്ങനെ സ്നേഹിക്കുവാൻ കഴിയുമെന്നും നാം ചിന്തിച്ചിട്ടുണ്ട്.ജീവിക്കുന്ന ഈശോയെ കാണുവാൻ ഒരു വചനം മതി. സങ്കടങ്ങളിൽ നാം പീഡ അനുഭവിക്കുമ്പോൾ ബൈബിൾ തുറന്നു നോക്കൂ.നമ്മെ ചേർത്തുനിർത്തി തലോടി ആശ്വസിപ്പിക്കുന്ന,അത്ഭുതകരമായ അനുഭവം നൽകുന്ന ഒരു വചനം നമുക്ക് ലഭിക്കും. നമുക്ക് വേണ്ടി മാത്രം എഴുതപ്പെട്ടത് എന്ന് തോന്നിക്കുന്ന ഒരു വചനം.ആ ഒരൊറ്റ വചനം മതി ഒരായുസ്സ് മുഴുവൻ ആനന്ദത്തോടെ ജീവിച്ചു തീർക്കുവാൻ.അതിനാൽ നമുക്ക് ദൈവവചനത്തിൽ ആശ്രയിക്കുകയും ദൈവാനുഭവത്തിൽ ആയിരിക്കുകയും ചെയ്യാം.

"ആകയാല്‍ , എല്ലാ അശുദ്ധിയും വര്‍ദ്ധിച്ചുവരുന്ന തിന്മയും ഉപേക്ഷിച്ച്, നിങ്ങളില്‍ പാകിയിരിക്കുന്നതും നിങ്ങളുടെ ആത്മാക്കളെ രക്ഷിക്കുവാന്‍ കഴിവുള്ളതുമായ വചനത്തെ വിനയപൂര്‍വ്വം സ്വീകരിക്കുവിന്‍."(യാക്കോബ് 1 : 21) ഈ ലോകത്തില്‍ മാറ്റം വരുത്തുവാന്‍ ഏറ്റവും കഠിനമായുള്ളത് വര്‍ധിച്ചുവരുന്ന തിന്മയും മാഞ്ഞുകൊണ്ടിരിക്കുന്ന ലോകസമാധാനവും ആണ്. എന്നാല്‍ അതില്‍നിന്നൊക്കെ ലോകത്തെയും നമ്മുടെ ആത്മാക്കളെയും രക്ഷിക്കാന്‍ തക്ക ശക്തിയുള്ളതാണ് ദൈവവചനം.മനുഷ്യന് എന്നും ഏറ്റവും പ്രധാനപ്പെട്ടത് സ്വന്തം മാനസിക ആരോഗ്യമാണ്. നമ്മുടെ വികാരങ്ങളാണ് നമ്മെ കൊണ്ട് എല്ലാ പ്രവൃത്തികളും ചെയ്യിക്കുന്നതും.നമ്മുടെ സ്വഭാവവും പ്രവര്‍ത്തനങ്ങളും നമ്മുടെ കയ്യില്‍ സുരക്ഷിതമല്ല.നമ്മുടെ മനസ്സ് എന്നും ഇതേ ആരോഗ്യത്തോടെ നമ്മുടെ നിയന്ത്രണത്തില്‍ ആയിരിക്കുമെന്ന് നമുക്ക് ഉറപ്പ് പറയാന്‍ പറ്റില്ല.അതുകൊണ്ട് തന്നെ നമ്മുടെ മനസ്സിനെ പൂര്‍ണ്ണമായും ഈശോയ്ക്കു വിട്ടുകൊടുക്കുന്നതാണ് നല്ലത്. എല്ലാ തിന്മയില്‍ നിന്നും നമ്മെ രക്ഷിക്കാന്‍ കഴിവുള്ള, ശക്തമായ ദൈവവചനം നമുക്ക് കൂട്ടിനുണ്ട്. ദൈവവചനം ഹൃദിസ്ഥമാക്കുമ്പോള്‍ അത് നമ്മുടെ ആത്മാവിലാണ് മുദ്ര കുത്തപ്പെടുന്നത്. ആത്മാവ് തക്കസമയത്തുതന്നെ വചനങ്ങള്‍ എടുത്ത് ഉപയോഗിക്കാന്‍ നമ്മുടെ മനസ്സിനെ ശക്തിപെടുത്തും.അതിനാല്‍ നമുക്ക് അനുഭവപ്പെടുന്ന എല്ലാ വിഷമങ്ങളെയും എല്ലാ തരത്തിലുള്ള വികാരങ്ങളെയും നന്മയാക്കി മാറ്റാന്‍ ദൈവവചനമെന്ന ആയുധത്തെ മുറുകെ പിടിക്കാം.

വചനവായനയ്ക്ക്

ഏശയ്യ 55

പ്രാർത്ഥന

വചനത്തിലൂടെ നിരന്തരം ഞങ്ങളോട് സംസാരിക്കുന്ന ദൈവപിതാവേ, എന്റെ ജീവിതസാഹചര്യങ്ങളിൽ വചനത്തിലൂടെ അങ്ങു നൽകുന്ന ആശ്വാസത്തിൽ ആനന്ദിക്കുവാനും അങ്ങയുടെ സ്നേഹം യഥാർഥമായും അനുഭവിക്കുവാനുമുള്ള അനുഗ്രഹം എനിക്ക് നൽകേണമേ.പരിശുദ്ധാത്മാവേ, അനുദിനമുള്ള എല്ലാ പ്രശ്നങ്ങളിലും സംശയങ്ങളിലും വിശുദ്ധ ബൈബിൾ തുറന്ന്, എല്ലാറ്റിനും ഉത്തരം നൽകുന്ന ദൈവത്തെ അനുഭവിക്കുവാനുള്ള കൃപ എനിക്ക് നൽകേണമേ.

വിശുദ്ധനെ ഓർക്കാം

ബൈബിളിനെ അത്യധികം സ്നേഹിച്ച വിശുദ്ധ ജെറോമേ, എന്റെ ജീവിതസാഹചര്യങ്ങളിൽ ബൈബിൾ തുറന്നു വായിക്കുമ്പോൾ എനിക്ക് ലഭിക്കുന്ന വചനത്തിന്റെ ആഴവും അർത്ഥവും മനസ്സിലാക്കിത്തരാൻ പരിശുദ്ധാത്മാവിനോട് എനിക്ക് വേണ്ടി പ്രത്യേകമായി മാധ്യസ്ഥം വഹിക്കേണമേ.

അനുദിന സമർപ്പണം

ഇന്നേദിവസം ഞാൻ ചെയ്യുന്ന എല്ലാ നന്മപ്രവർത്തികളും എന്റെ പ്രാർത്ഥനകളും ദൈവവചനത്തിന്റെ ശക്തി അറിയാതെ ജീവിക്കുന്ന എല്ലാവർക്കും വേണ്ടി സമർപ്പിക്കുന്നു.

നിർദ്ദേശം

അനുദിനം രാവിലെ എഴുന്നേൽക്കുമ്പോൾ നന്നായി പ്രാർത്ഥിച്ച്, ബൈബിൾ തുറന്നു ലഭിക്കുന്ന വചനത്തിൻ്റെ(റേമ-നിന്നോട് പറയപ്പെട്ട ദൈവം വചനം/ God's word spoken to you) ആഴവും അർത്ഥവും മനസ്സിലാക്കുവാൻ ശ്രമിക്കുന്നത് ഉചിതമായിരിക്കും.

കുറിപ്പുകൾ

20

ദിവസം -20 ജീവിക്കുന്ന വചനം.

പെട്ടെന്നൊരു ദിവസം ജീവിക്കുന്ന വചനത്തെ അനുഭവിക്കുവാൻ ചിലപ്പോൾ ബുദ്ധിമുട്ടായിരിക്കും. അതിന് ആദ്യമേ നാം ബൈബിൾ വായനയെ ഒരു പ്രധാന കാര്യമായി എടുക്കണം.വചനങ്ങൾ പഠിക്കണം.അവയെ ആയുധം ആക്കണം.എല്ലാ സന്ദർഭങ്ങളിലും ആ ആയുധമെടുത്ത് ഉപയോഗിക്കണം. രോഗിയുടെ മുറിയിൽ സൗഖ്യം നൽകുന്ന വചനങ്ങൾ എഴുതി അയാൾ കാണുന്ന രീതിയിൽ പ്രദർശിപ്പിക്കണം. ഉദാഹരണം,"കർത്താവേ, മരുന്നോ ലേപനൗഷധമോ അല്ല, എല്ലാവരെയും സുഖപ്പെടുത്തുന്ന അങ്ങയുടെ വചനമാണ് അവരെ സുഖപ്പെടുത്തിയത്."(ജ്ഞാനം 16 : 12).

കുട്ടികളുടെ മുറിയിലും പുസ്തകങ്ങളിലും വചനങ്ങൾ എഴുതിവെക്കാം.ഉദാഹരണം,"വിശുദ്ധ സ്വർഗത്തിൽ നിന്ന്, അങ്ങയുടെ മഹത്വത്തിന്റെ സിംഹാസനത്തിൽ നിന്ന്, ജ്ഞാനത്തെ അയച്ചുതരണമേ. അവൾ എന്നോടൊത്തു വസിക്കുകയും അധ്വാനിക്കുകയും ചെയ്യട്ടെ! അങ്ങനെ അങ്ങയുടെ ഹിതം ഞാൻ മനസ്സിലാക്കട്ടെ!"(ജ്ഞാനം 9 : 10).

കംപ്യൂട്ടറിലും മറ്റും സ്ക്രീൻ സേവറും വാൾപേപ്പറും വചനങ്ങൾ ആവട്ടെ. അപ്പോൾ അവ വഴി വരാൻ സാധ്യത ഉള്ള എല്ലാ തിന്മകളിൽ നിന്നും നാം ഒഴിഞ്ഞുനിൽക്കുകയും എപ്പോഴും പോസിറ്റീവ് ചിന്താഗതിയോടെ ജീവിക്കുവാൻ സാധിക്കുകയും ചെയ്യും.നിരന്തരം വചനം കണ്ട് ജീവിക്കുമ്പോൾ നാം വചനത്തിൽ ജീവിക്കുന്നവർ ആകും. നമ്മുടെ നാവിലും മനസ്സിലും സംസാരത്തിലും ഓർമ്മയിലും ദൈവവചനം തുളുമ്പി നിൽക്കട്ടെ. ദൈവവചനം നമ്മുടെ ജീവിതത്തിൽ അത്ഭുതങ്ങൾ സൃഷ്ടിക്കും.ജീവിതത്തെ മാറ്റിമറിക്കാൻ ശക്തിയുള്ളതായി അനുഭവപ്പെട്ട ഒരു വചനം ഇതാണ്, "കർത്താവു നിങ്ങൾക്കുവേണ്ടി യുദ്ധം ചെയ്തു കൊള്ളും. നിങ്ങൾ ശാന്തരായിരുന്നാൽ മതി."(പുറപ്പാട്14:14).ഈ വചനം അനേകം തവണ ആവർത്തിക്കുമ്പോൾ ജീവിതത്തിൽ അത്ഭുതങ്ങൾ കാണാൻ കഴിയും.

൧

വചനവായനയ്ക്കായി

സങ്കീർത്തനം 19

പ്രാര്‍ത്ഥന

നിത്യവചനമായ ദൈവമേ, അങ്ങയുടെ സൗഖ്യം തരുന്ന വചനത്തെ സ്നേഹിക്കുവാനും എല്ലാ സാഹചര്യങ്ങളിലും എടുത്തുപയോഗിക്കാന്‍ തക്കവിധം ഹൃദിസ്ഥമാക്കുവാനും എന്നെ അനുഗ്രഹിക്കണമേ. പരിശുദ്ധാത്മാവേ, വചനം മനഃപാഠമാക്കുവാനുള്ള ബുദ്ധിയും ഓര്‍മ്മശക്തിയും എനിക്ക് നല്‍കേണമേ.

വിശുദ്ധനെ ഓര്‍ക്കാം

രണ്ട് വര്‍ഷത്തോളം ഒരു ഗുഹായിലായിരുന്നുകൊണ്ട് ബൈബിള്‍ മുഴുവനും മനപാഠമാക്കിയ വിശുദ്ധ ജോണ്‍ ക്രിസോസ്റ്റമേ, ബൈബിളില്‍ ദൈവം എനിക്ക് വേണ്ടി തന്നിരിക്കുന്ന വചനങ്ങള്‍ മനഃപാഠമാക്കി അവയെ ആയുധമായി ഉപയോഗിക്കുവാന്‍ വേണ്ടുന്ന കൃപയ്ക്കായി മാധ്യസ്ഥം വഹിക്കേണമേ.

അനുദിന സമര്‍പ്പണം

ഇന്നേദിവസം ഞാന്‍ ചെയ്യുന്ന എല്ലാ നന്മപ്രവര്‍ത്തികളും എന്റെ പ്രാര്‍ത്ഥനകളും വചനത്തെ വളച്ചൊടിക്കുകയും ദുരുപയോഗിക്കുകയും ചെയ്യുന്നവര്‍ക്ക് വേണ്ടി സമര്‍പ്പിക്കുന്നു.

നിര്‍ദേശം

ബൈബിള്‍ വചനം പഠിക്കുന്നതിന്റെയും അവ ആയുധമായി വേണ്ടുന്ന അവസരങ്ങളിലെല്ലാം എടുത്തു ഉപയോഗിക്കേണ്ടതിന്റെയും ആവശ്യകത മനസ്സിലാക്കി

വേണ്ടുന്ന ചുവടുകൾ ഉടനെ തന്നെ എടുക്കും എന്ന് തീരുമാനിച്ചുറയ്ക്കുന്നത് ഉചിതമായിരിക്കും. ഈ പുസ്തകത്തിലെ അവസാനഭാഗത്ത് ഓരോ ആഴ്ചയും പഠിക്കേണ്ട ഒരു പുതിയ വചനം കുറിക്കുകയും അത് മനപ്പാഠമാക്കാൻ ശ്രമിക്കുകയും ചെയ്യുന്നത് നല്ലതാണ്.

കുറിപ്പുകൾ

21

ദിവസം -21 ഗ്യാരണ്ടി ഉള്ള എളുപ്പ വഴികൾ.

"കർത്താവിൽ പൂർണഹൃദയത്തോടെ വിശ്വാസമർപ്പിക്കുക;
സ്വന്തം ബുദ്ധിയെ ആശ്രയിക്കുകയുമരുത്."
സുഭാഷിതങ്ങൾ 3 : 5

ഈ നാളുകളിൽ വളരെയധികം പ്രചാരം നേടിയ ഒന്നാണ് 'ലോ ഓഫ് അട്രാക്ഷൻ', 'മാനിഫെസ്റ്റേഷൻ', 'അഫീർമേഷൻസ്' എന്നിവയുടെ ശക്തിയും സാധ്യതകളും.മനുഷ്യൻ തന്റെ ആഗ്രഹങ്ങളും സ്വപ്നങ്ങളും സാധ്യമാക്കുവാനാണ് ഈ വഴികൾ ഉപയോഗിക്കുന്നത്. 'ക്രിസ്ത്യാനികൾ' എന്ന നിലയിൽ ഇതൊക്കെ എങ്ങനെ ഉപയോഗിക്കണം?ഇവ ക്രിസ്തീയമാണോ? തുടങ്ങിയ വിഷയങ്ങളെക്കുറിച്ച് വാർത്തകളും ചർച്ചകളും കണ്ടുവരുന്നു.ഈ ലോകത്തിനു വേണ്ടി മാത്രം ക്രിസ്തുവിനെ അന്വേഷിക്കുന്നവർ ആണെങ്കിൽ നാം മറ്റെല്ലാ മനുഷ്യരേക്കാളും നിർഭാഗ്യരാണ്.വിശ്വാസത്തിനുവേണ്ടിയും നിത്യജീവനുവേണ്ടിയും ഈശോയെ തേടുക,മറ്റുള്ളവയൊക്കെയും,നിനക്ക് വേണ്ടതൊക്കെയും

ഈശോ തന്നുകൊള്ളും.

എന്നാല്‍ ഇവയെക്കുറിച്ചുള്ള അറിവുകള്‍ 2000 വര്‍ഷങ്ങള്‍ക്ക് മുമ്പേ ഈശോ തന്റെ വചനത്തിലൂടെ നല്‍കിയിരുന്നു .നാം പോസിറ്റീവ് ആയി ചിന്തിക്കുകയും പ്രവര്‍ത്തിക്കുകയും ചെയ്യുമ്പോള്‍ ജീവിതത്തില്‍ എല്ലാം പോസിറ്റീവ് ആയി സംഭവിക്കുമെന്നും നെഗറ്റീവ് ആയാണ് ചിന്തിക്കുന്നതെങ്കില്‍ ജീവിതത്തില്‍ എല്ലാം നെഗറ്റീവ് ആയി സംഭവിക്കുമെന്നുമാണ് ആകര്‍ഷണ നിയമം(law of attraction)പറയുന്നത്.ഇതിന് വേണ്ടിയുള്ള രണ്ട് ഉപാധികളാണ് താഴെ പറഞ്ഞിട്ടുള്ളത്.

- നാം അതിയായി ആഗ്രഹിക്കുന്ന ഒരു ജീവിതലക്ഷ്യം അല്ലെങ്കില്‍ ഒരു നേട്ടം സ്ഥിരമായി സങ്കല്‍പ്പിക്കുകയും ഭാവനയില്‍ കാണുകയും അത് സംബന്ധിക്കുന്ന ചിത്രങ്ങള്‍ (vishual board)എന്നും കാണുന്ന രീതിയില്‍ പ്രദര്‍ശിപ്പിക്കുകയും ചെയ്യുക വഴി ആ ലക്ഷ്യത്തെ നമ്മിലേക്ക് ആകര്‍ഷിച്ചു അവയെ യാഥാര്‍ത്ഥ്യമാക്കുകയാണ് 'മാനിഫെസ്റ്റേഷന്‍'(manifestation)എന്നതുകൊണ്ട് ഉദ്ദേശിക്കുന്നത്.
- 'അഫീര്‍മേഷന്‍സ്'എന്നത് 'ലോ ഓഫ് അട്രാക്ഷന്‍' ലക്ഷ്യങ്ങളെ യാഥാര്‍ത്ഥ്യമാക്കുവാന്‍ 'manifestation' പോലുള്ള വേറൊരു ഉപാധിയാണ്.നമ്മുടെ ലക്ഷ്യത്തില്‍ ഉള്ളത് നമുക്ക് ലഭിക്കുമെന്നും നമുക്ക് ലഭിച്ചു എന്നും ആവര്‍ത്തിച്ചു പറഞ്ഞ് മനസിനെ പഠിപ്പിക്കുക വഴി ലക്ഷ്യം വേഗം നിറവേറ്റുന്നു എന്നതാണ് അത് .എനിക്ക് റാങ്ക് കിട്ടും, ജോലി ലഭിക്കും തുടങ്ങിയ വാക്യങ്ങള്‍ അനേകം തവണ ആവര്‍ത്തിക്കുന്നതാണ് ഇതിന്റെ രീതി.

അഫീർമേഷൻസും മാനിഫെസ്റ്റേഷൻസും വിഷ്വൽ ബോർഡുകളും വഴി ലോ ഓഫ് അട്രാക്ഷൻ ഉപയോഗിച്ചുകൊണ്ട് ജീവിതത്തിലെ എല്ലാ സാധിക്കാം എന്നാണ് ഈ കൺസെപ്റ്റുകൾ പറയുന്നത്. ഇത് പൂർണമായും സത്യമാണ്. എന്നാൽ ഇതിനൊക്കെയും അടിസ്ഥാനം വിശ്വാസമാണ്. ഒരു കാര്യത്തിൽ പൂർണമായും വിശ്വസിച്ചാൽ അത് ലഭിക്കും എന്നത് ഉറപ്പാണ്. എന്നാൽ ഇങ്ങനെ കിട്ടുന്നവയുടെ നിലനിൽപ്പാണ് സംശയകരം.മനുഷ്യമനസ്സിന് അത്രയ്ക്കും സ്ഥിരതയുണ്ടെന്നു നിങ്ങൾ കരുതുന്നുണ്ടോ.എപ്പോൾ വേണമെങ്കിലും മായാവുന്ന ബുദ്ധിയും ഓർമ്മയും ആണ് മനുഷ്യന്.അതുകൊണ്ടുതന്നെ നശ്വരമായ നമ്മുടെ മനസ്സിനെ പൂർണമായും ആശ്രയിക്കുന്നത് മണ്ടത്തരമല്ലേ. നമ്മുടെ ലക്ഷ്യങ്ങൾ സാധ്യമാക്കാൻ തന്നെയാണ് തന്റെ ആത്മാവിനെ നമ്മുടെ ആത്മാവിൽ ദൈവം നിശ്വസിച്ചു തന്നത്.

മനുഷ്യൻ സൽസ്വഭാവിയും സമൂഹത്തിന് ഉപകരിക്കുന്നവനും സമൃദ്ധിയും സമ്പത്തും ഐശ്വര്യവും നല്ല ബന്ധങ്ങളും ഉണ്ടായി സന്തോഷത്തോടെ ജീവിക്കുന്നതാണ് ദൈവത്തിന്റെ ആഗ്രഹം.അതിനുവേണ്ടിയുള്ള എല്ലാ വഴികളും വിശുദ്ധഗ്രന്ഥത്തിൽ ദൈവപിതാവ് പറഞ്ഞുതരുന്നുണ്ട്. തന്നിൽ വിശ്വസിച്ചവന് രോഗ സൗഖ്യവും പാപ മോചനവും നൽകിയ ഈശോയെ സുവിശേഷത്തിൽ ഉടനീളം നമുക്ക് കാണുവാൻ സാധിക്കും. അവനിൽ വിശ്വസിക്കുന്നവന് നിത്യജീവൻ വരെ അവിടുന്ന് വാഗ്ദാനം ചെയ്തിട്ടുണ്ട്. അനേകായിരം വാഗ്ദാനങ്ങളും അനുഗ്രഹങ്ങളും തന്നെ വിശ്വസിക്കുന്നവന് ദൈവ പിതാവ് നൽകുമെന്ന് ബൈബിളിൽ ഉടനീളം വചനങ്ങളുണ്ട്. ഇത്ര വലിയ ഒരു നിധി

നമ്മുടെ കയ്യിലുള്ളപ്പോൾ ആധുനിക ശാസ്ത്രത്തിൻറെ ഇത്തരത്തിലുള്ള തിയറികളിൽ അമിതമായി ആശ്രയം വയ്ക്കാതെ പരിശുദ്ധാത്മാവിനെ കൂട്ടുപിടിച്ച് മുന്നേറുന്നതാണ് ഏറ്റവും ഉചിതം. അങ്ങനെയാവുമ്പോൾ നമ്മുടെ മനസ്സിനോ ഓർമ്മയ്ക്കോ പ്രശ്നങ്ങൾ ഉണ്ടായാലും, ലക്ഷ്യങ്ങൾ നേടുമ്പോൾ അവ തെറ്റായ വഴിക്ക് ഉപയോഗിക്കാൻ തോന്നിയാലും, തെറ്റായ കാര്യങ്ങളെ ലക്ഷ്യം വെച്ചാലും അവയൊക്കെ ആത്മാവ് ഏറ്റെടുത്ത് വിശുദ്ധീകരിച്ച് എല്ലാം നമ്മുടെയും സമൂഹത്തിൻറെയും നന്മയ്ക്കായി മാറ്റിക്കൊള്ളും. എത്ര വലിയ സമാധാനം നൽകുന്ന ഗ്യാരണ്ടി ഉള്ള ഉറപ്പാണ് അത്.

ഋ

വചന വായനയ്ക്കായി

സങ്കീർത്തനം 33

പ്രാർത്ഥന

സ്നേഹമുള്ള ഈശോയെ, ലക്ഷ്യങ്ങൾ നേടുവാൻ എളുപ്പവഴികളുടെ പുറകെ പോയി വിശ്വാസത്തിൽ നിന്നും വ്യതിചലിക്കാതെ അങ്ങയുടെ വചനത്തിൽ അടിയുറച്ചു വിശ്വസിച്ചു കൊണ്ട് അവിടുത്തെ പദ്ധതിപ്രകാരമുള്ള ജീവിതം നയിക്കുവാനും അങ്ങയെ അതിലൂടെ മഹത്വപ്പെടുത്തുവാനും ഉള്ള അനുഗ്രഹം നൽകേണമേ. പരിശുദ്ധാത്മാവേ, അങ്ങയുടെ സഹായത്താൽ വചനത്തെ മുറുകെ പിടിച്ച് ജീവിച്ചുകൊണ്ട് ആഴമായ വിശ്വാസത്തിൽ ലക്ഷ്യങ്ങൾ സാധിക്കുവാൻ ഉള്ള അനുഗ്രഹം എനിക്ക് നൽകേണമേ.

വിശുദ്ധനെ ഓർക്കാം

ദൈവവചനത്തിന് 'അതെ' എന്ന് ഉത്തരം നൽകി പരിശുദ്ധാത്മാവിനോടൊപ്പം ദൈവത്തിന്റെ പദ്ധതി പൂർത്തീകരിച്ച, സഹരക്ഷകയായ പരിശുദ്ധ അമ്മേ, ദൈവവചനം നൽകുന്ന ശക്തിയിൽ അടിയുറച്ച് വിശ്വസിച്ച് ലക്ഷ്യങ്ങളിലേക്ക് മുന്നേറുവാൻ ഉള്ള അനുഗ്രഹം ലഭിക്കുവാൻ എനിക്ക് വേണ്ടി മാധ്യസ്ഥം വഹിക്കേണമേ.

അനുദിന സമർപ്പണം

ഇന്നേദിവസം ഞാൻ ചെയ്യുന്ന എല്ലാ നന്മപ്രവർത്തികളും എന്റെ പ്രാർത്ഥനകളും ജീവിതത്തിൽ ദൈവവചനത്തിന് ചെയ്യുവാൻ കഴിയുന്ന കാര്യങ്ങളെപ്പറ്റി അജ്ഞരായി കഴിയുന്ന ഏവർക്കും വേണ്ടി സമർപ്പിക്കുന്നു.

നിർദേശം

ജീവിത ലക്ഷ്യങ്ങളിലേക്ക് മുന്നേറുവാൻ എന്ത് ഉപാധിയാണ് സ്വീകരിക്കുന്നത് എന്ന് ചിന്തിക്കുകയും ഇനിമുതൽ ദൈവവചനത്തെ അതിനുവേണ്ടിയുള്ള പ്രധാന ഉപാധിയായി സ്വീകരിക്കാൻ തീരുമാനിക്കുന്നതും ഉചിതമായിരിക്കും.

കുറിപ്പുകള്‍

22

ദിവസം- 22 മധ്യസ്ഥ പ്രാർത്ഥനകൾ.

"എല്ലാവർക്കുംവേണ്ടി അപേക്ഷകളും യാചനകളും മാധ്യസ്ഥപ്രാർത്ഥനകളും ഉപകാരസ്മരണകളും അർപ്പിക്കണമെന്ന് ഞാൻ ആദ്യമേ ആഹ്വനം ചെയ്യുന്നു. ഇത് ഉത്തമവും നമ്മുടെ രക്ഷകനായ ദൈവത്തിന്റെ മുമ്പിൽ സ്വീകാര്യവുമത്രേ. എല്ലാവരും രക്ഷിക്കപ്പെടണമെന്നും സത്യം അറിയണമെന്നും ആണ് അവിടുന്ന് ആഗ്രഹിക്കുന്നത്."
1 തിമോത്തേയോസ് 2 : 1-4

ഈശോയെ ഏറ്റവും അധികമായി സ്നേഹിക്കുകയും,അവനെ പ്രതി തന്നെ തന്നെ ശുദ്ധീകരിക്കുകയും, അതുവഴി ഒരു ക്രിസ്തുവായി തീരുവാൻ ആത്മാർത്ഥമായി പരിശ്രമിക്കുകയും ചെയ്യുക എന്നത് തന്നെയാണ് നമ്മെക്കുറിച്ചുള്ള ഈശോയുടെ ഏറ്റവും വലിയ സ്വപ്നവും പദ്ധതിയും. മറ്റൊരു ക്രിസ്തു ആകുവാൻ നമുക്ക് ചെയ്യാൻ പറ്റുന്ന കാര്യങ്ങളിൽ ഒന്നാണ് മധ്യസ്ഥ പ്രാർത്ഥനകൾ. ഈ പ്രവൃത്തി ശീലമാക്കുന്നത് വഴി നമ്മെ

തന്നെ കൂടുതല്‍ വിശുദ്ധീകരിക്കാനും ലോകത്തിലെ മുഴുവന്‍ മനുഷ്യരെയും സ്വന്തം സഹോദരങ്ങളായി അംഗീകരിക്കുവാനും കഴിയും. ഇത് എത്ര മനോഹരമാണ്. "നിങ്ങള്‍ അപേക്ഷകളോടും യാചനകളോടും കൂടെ എല്ലാസമയവും ആത്മാവില്‍ പ്രാര്‍ഥനാനിരതരായിരിക്കുവിന്‍. അവിശ്രാന്തം ഉണര്‍ന്നിരുന്ന് എല്ലാ വിശുദ്ധര്‍ക്കുംവേണ്ടി പ്രാര്‍ഥിക്കുവിന്‍." (എഫേസോസ് 6 : 18)

അനുദിനം അര്‍പ്പിക്കപ്പെടുന്ന അനേകം ദിവ്യബലികളില്‍ മുന്തിരി വീഞ്ഞിനെ സ്വന്തം രക്തമായി ഈശോ മാറ്റുന്നു. ഈശോ എന്ന ആ മുന്തിരി ചെടിയുടെ ശാഖകള്‍ ആയ നാമും ആത്മാക്കളുടെ രക്ഷയ്ക്കായി, നമ്മുടെ സഹനങ്ങളിലൂടെയും പ്രാര്‍ത്ഥനകളിലൂടെയും തീര്‍ച്ചയായും ചെയ്യേണ്ട ഒരു പ്രവര്‍ത്തി ആണ് മധ്യസ്ഥപ്രാര്‍ത്ഥന. ആത്മാക്കള്‍ക്കായി ദാഹിക്കുകയും മനുഷ്യാത്മാക്കള്‍ നശിക്കുന്നത് കണ്ട് നെടുവീര്‍പ്പിടുകയും ചെയ്യുന്ന ദൈവത്തിന് നമ്മുടെ മാധ്യസ്ഥപ്രാര്‍ത്ഥനകള്‍ ഒരാശ്വാസം ആകില്ലേ. മനുഷ്യരുടെ ഒരു പ്രാര്‍ത്ഥനയും പാഴായി പോവുകയില്ല. നശിച്ചു പോകുന്ന ഒരു മനുഷ്യാത്മാവിന് വേണ്ടി പ്രാര്‍ത്ഥിക്കുകയും സഹനങ്ങള്‍ സമര്‍പ്പിക്കുകയും ചെയ്യുമ്പോള്‍ അവനെതിരെ പ്രവര്‍ത്തിക്കുന്ന തിന്മയുടെ ശക്തികള്‍ ദുര്‍ബലമാക്കപ്പെടുകയും അവന്‍ വിശുദ്ധിയില്‍ വളരുകയും ചെയ്യുന്നു. അതോടൊപ്പം രോഗസൗഖ്യവും ലൗകീക അനുഗ്രഹങ്ങളും അവന് ലഭിക്കുന്നു. ആരോടെങ്കിലും ക്ഷമിക്കാന്‍ പറ്റാത്ത അവസ്ഥ നമുക്ക് ഉണ്ടെങ്കില്‍ അത് മാറുവാനുള്ള ഏറ്റവും നല്ല ഉപാധിയാണ് ആ വ്യക്തിക്ക് വേണ്ടിയുള്ള മധ്യസ്ഥ പ്രാര്‍ത്ഥനകള്‍. "എന്നാല്‍, ഞാന്‍ നിങ്ങളോടു പറയുന്നു: ശത്രുക്കളെ സ്നേഹിക്കുവിന്‍; നിങ്ങളെ പീഡിപ്പിക്കുന്നവര്‍ക്കുവേണ്ടി

പ്രാർഥിക്കുവിൻ."(മത്തായി 5 : 44).ആ വ്യക്തിക്ക് വേണ്ടി നാം നിരന്തരമായി പ്രാർത്ഥിക്കുമ്പോൾ അയാളോട് ക്ഷമിക്കുവാൻ ഉള്ള അനുഗ്രഹവും നമുക്ക് ലഭിക്കുന്നു.നമുക്ക് അനിഷ്ടം ഉള്ളവർക്ക് വേണ്ടിയും നമ്മോട് അനിഷ്ടം ഉള്ളവർക്ക് വേണ്ടിയും പ്രാർത്ഥിച്ചു കൊണ്ട് ഈ ശീലം നമുക്ക് തുടങ്ങാം.ഇതുവഴി നമ്മുടെ ആത്മാവ് വിശുദ്ധീകരിക്കപ്പെടുന്നത് നമുക്ക് അനുഭവിക്കാൻ സാധിക്കും.ഈശോ ശതാധിപന്റെ വേലക്കാരനെ സുഖപ്പെടുത്തുമ്പോൾ സൗഖ്യത്തേക്കാളും ശ്രദ്ധേയമായത് അവനു വേണ്ടി മാധ്യസ്ഥം നിന്ന ശതാധിപന്റെ വിശ്വാസവും എളിമയുമാണ്. മറ്റുള്ളവർക്ക് വേണ്ടി പ്രാർത്ഥിക്കുമ്പോൾ നമ്മുടെ തന്നെ ആത്മീയവളർച്ചയിൽ പരിശുദ്ധാത്മാവ് നമ്മെ സഹായിക്കും.

വചനവായനയ്ക്കായി

ലൂക്കാ 7:1-10

പ്രാർത്ഥന

എന്നെയും ലോകം മുഴുവനെയും രക്ഷിച്ച നല്ല ഈശോയെ, എന്റെ സഹനങ്ങളെയും പ്രാർത്ഥനകളെയും അങ്ങയുടെ കുരിശിൽ സമർപ്പിച്ചു വ്യക്തികൾക്കും ആത്മാക്കൾക്കും ലോകത്തിന്റെ വിവിധ ആവശ്യങ്ങൾക്കുമായി മാധ്യസ്ഥ പ്രാർത്ഥനകൾ സമർപ്പിക്കുവാൻ എന്നെ അനുഗ്രഹിക്കണമേ. പരിശുദ്ധാത്മാവേ, മാധ്യസ്ഥ പ്രാർത്ഥനകൾ വഴി സഹോദരസ്നേഹം വളർത്തുവാനും മറ്റുള്ളവരോട് ക്ഷമിക്കുവാനുമുള്ള കൃപാവരം എനിക്ക് നല്കണമേ.

വിശുദ്ധനെ ഓർക്കാം

എന്റെ ജീവിതത്തിലെ ഏറ്റവും പ്രധാന മധ്യസ്ഥയായ പരിശുദ്ധ അമ്മേ, മറ്റുള്ളവർക്ക് വേണ്ടിയും ലോകത്തിനു മുഴുവനും വേണ്ടിയും മാധ്യസ്ഥം വഹിക്കുവാന്ദും എന്നെത്തന്നെ ശുദ്ധീകരിക്കുവാനും ഉള്ള അനുഗ്രഹത്തിനായി എനിക്കുവേണ്ടി പ്രാർത്ഥിക്കണമേ.

അനുദിന സമർപ്പണം

ഇന്നേദിവസം ഞാൻ ചെയ്യുന്ന എല്ലാ നന്മപ്രവർത്തികളും എന്റെ പ്രാർത്ഥനകളും ലോകത്തിലെ എല്ലാ മനുഷ്യാത്മാകളുടെയും മനസാന്തരത്തിനായി സമർപ്പിക്കുന്നു.

നിർദേശം

ഓരോ ആഴ്ചയും 7 ദിവസവും ഓരോ വ്യക്തിയെ തിരഞ്ഞെടുത്ത് അയാൾക്ക് വേണ്ടി പ്രാർത്ഥിക്കാൻ തുടങ്ങുന്നത് ഉചിതമായിരിക്കും.ഈ ഡിവോഷന്റെ അവസാനഭാഗത്ത് ഓരോ ആഴ്ചയിലും തിരഞ്ഞെടുക്കുന്ന വ്യക്തികളുടെ പേര് കുറിക്കുകയും ആകാം.

കുറിപ്പുകൾ

23

ദിവസം- 23 സ്തുതിപ്പിന്റെ ആവശ്യം.

"കർത്താവിന്റെ വിശുദ്ധരേ, അവിടുത്തെ
പാടിപ്പുകഴ്ത്തുവിൻ ; അവിടുത്തെ പരിശുദ്ധനാമത്തിനു
കൃതജ്ഞതയർപ്പിക്കുവിൻ."
സങ്കീർത്തനങ്ങൾ 30 : 4

സ്വർഗസ്ഥനായ പിതാവ് സ്തുതിയുടെ സിംഹാസനത്തിൽ
ഉപവിഷ്ടനായിരിക്കുന്നു. അവിടുത്തേക്ക് നമ്മുടെ
സ്തുതിയും പുകഴ്ചയും പ്രാർത്ഥനകളും എന്തിനാണ് എന്ന്
നാം പലപ്പോഴും ചിന്തിച്ചിട്ടുണ്ട്. എന്നാൽ ഇവയൊക്കെ
ആവശ്യം നമുക്ക് തന്നെയാണ്. "എപ്പോഴും
സന്തോഷത്തോടെയിരിക്കുവിൻ. ഇടവിടാതെ
പ്രാർഥിക്കുവിൻ. എല്ലാക്കാര്യങ്ങളിലും നന്ദി
പ്രകാശിപ്പിക്കുവിൻ. ഇതാണ് യേശുക്രിസ്തുവിൽ നിങ്ങളെ
സംബന്ധിച്ചുള്ള ദൈവഹിതം."(1 തെസലോനിക്കാ 5 :
16-18)

ഏതു പ്രശ്നത്തിലും ആകുലതകളിലും ഭയത്തിലും
സ്തുതിച്ചു പ്രാർത്ഥിക്കുമ്പോൾ ഉടനടി അവയൊക്കെ മാറി

പോകുന്നതായും മനസ്സിനു സ്വസ്ഥതയും സമാധാനവും ലഭിക്കുന്നതായും അനുഭവിക്കാറില്ലേ.ഏതുകാര്യം ചെയ്യുമ്പോഴും, അതെത്ര ചെറുതോ വലുതോ ആയികൊള്ളട്ടെ,മനസ്സിൽ ഈശോയെ സ്തുതിക്കുവാൻ തുടങ്ങുക.ആ പ്രവൃത്തിയിലുടനീളം നമ്മുടെ ആത്മാവ് നമുക്കുവേണ്ടി സർവശക്തനോട് പ്രാർത്ഥിച്ചു കൊണ്ടിരിക്കുകയും ആ കാര്യം ഏറ്റവും നന്നായി ചെയ്യുവാൻ സഹായിക്കുകയും ചെയ്യും. നിരന്തരമായി സ്തുതിക്കുന്നത് ശീലിച്ചു കഴിഞ്ഞാൽ, നാം പ്രതിസന്ധിയിൽ ആയിരിക്കുമ്പോഴും നാമറിയാതെതന്നെ ആത്മാവ് നമ്മുടെ മനസ്സിലും നാവിലും സ്തുതിപ്പുകൾ നൽകിക്കൊണ്ടിരിക്കും.

സ്തുതിയുടെ ജീവിതം നയിക്കുമ്പോൾ നമുക്കേറെ നന്മയായി തീരുന്നത് നിരന്തരമായുള്ള ദൈവ സാന്നിധ്യം അനുഭവിക്കുവാൻ സാധിക്കും എന്നുള്ളതാണ്. നാം ഒറ്റപ്പെട്ടുപോയി എന്നു തോന്നുവാൻ ഒരിക്കലും ഈശോ അനുവദിക്കില്ല.നമ്മുടെ പ്രവർത്തികളിൽ ആത്മവിശ്വാസവും ശുഭാപ്തിവിശ്വാസവും വളർത്തുവാൻ ദൈവാശ്രയത്ത്വത്തിൽ ഉള്ള സ്തുതിപ്പുകൾ നമ്മെ ഒത്തിരി സഹായിക്കും. ഫ്രാൻസിസ് മാർപാപ്പ പറഞ്ഞത് പോലെ സ്തുതിക്കുന്നതിൽ നമുക്ക് വിശുദ്ധ പൗലോസിനെ അനുകരിക്കാം. കാരാഗൃഹത്തിന്റെ അന്ധകാരത്തിൽ പോലും ദൈവത്തെ സ്തുതിച്ചുകൊണ്ട് വിശുദ്ധ പൗലോസ് നമുക്ക് മാതൃകയായയല്ലോ.

ഊ

വചന വായനക്കായി

സങ്കീർത്തനം 145

പ്രാർത്ഥന

എന്റെ നല്ല ഈശോയെ,അങ്ങേ നിരന്തരം സ്തുതിക്കുവാനും അങ്ങനെ എപ്പോഴും അങ്ങ് കൂടെയുണ്ടെന്ന വിശ്വാസത്തിൽ ജീവിക്കുവാനുമുള്ള അനുഗ്രഹം എനിക്ക് നൽകേണമേ.പരിശുദ്ധാത്മാവേ,ഏത് അവസ്ഥയിലും സാഹചര്യത്തിലും ദൈവത്തെ സ്തുതിക്കുവാൻ ഉള്ള നിരന്തരമായുള്ള ദാഹം എന്നിൽ വളർത്തണമേ.

വിശുദ്ധനെ ഓർക്കാം

വിശുദ്ധ പൗലോസേ,നിരന്തരം ദൈവത്തിനു സ്തുതി ഉയർത്തുവാനുള്ള കൃപയ്ക്കായി എനിക്കുവേണ്ടി മാധ്യസ്ഥം വഹിക്കേണമേ.

അനുദിന സമർപ്പണം

ഇന്നേദിവസം ഞാൻ ചെയ്യുന്ന എല്ലാ നന്മപ്രവർത്തികളും എന്റെ പ്രാർത്ഥനകളും തന്നെ സൃഷ്ടിച്ച ദൈവത്തിന് അനുദിനം സ്തുതികൾ അർപ്പിക്കുവാൻ ഉള്ള ആഗ്രഹം ഓരോ മനുഷ്യനും ലഭിക്കുവാൻ വേണ്ടി സമർപ്പിക്കുന്നു .

നിർദ്ദേശം

ഇപ്പോൾ തന്നെ നമുക്ക് ദൈവത്തെ സ്തുതിച്ചു തുടങ്ങാം "ദൈവമേ സ്തോത്രം,ദൈവമേ നന്ദി,ദൈവമേ ആരാധന,ദൈവമേ മഹത്വം, ഈശോയെ സ്തോത്രം, ഈശോയെ നന്ദി,ഈശോയെ ആരാധന,ഈശോയെ മഹത്വം,പരിശുദ്ധാത്മാവേ സ്തോത്രം, പരിശുദ്ധാത്മാവേ നന്ദി, പരിശുദ്ധാത്മാവേ ആരാധന,പരിശുദ്ധാത്മാവേ

മഹത്വം......"

കുറിപ്പുകൾ

24

ദിവസം- 24 നമുക്ക് ദൈവത്തിലുള്ള ഏറ്റവും വലിയ പ്രത്യാശ എന്താണ്?

"ഭൂമിയിൽ നിക്ഷേപം കരുതിവയ്ക്കരുത്. തുരുമ്പും
കീടങ്ങളും അവ നശിപ്പിക്കും; കള്ളൻമാർ തുരന്നു
മോഷ്ടിക്കും.
എന്നാൽ, സ്വർഗത്തിൽ നിങ്ങൾക്കായി നിക്ഷേപങ്ങൾ
കരുതിവയ്ക്കുക. അവിടെ തുരുമ്പും കീടങ്ങളും അവ
നശിപ്പിക്കുകയില്ല; കള്ളൻമാർ മോഷ്ടിക്കുകയില്ല.
നിങ്ങളുടെ നിക്ഷേപം എവിടെയോ അവിടെയായിരിക്കും
നിങ്ങളുടെ ഹൃദയവും."
മത്തായി 6 : 19-21.

സ്വർഗ്ഗത്തിന് കീഴെ നടക്കുന്നതെല്ലാം, ഈ ലോകവും ഇതിലെ
വ്യാപാരങ്ങളും നേട്ടങ്ങളും സുഖങ്ങളും എല്ലാം മിഥ്യയാണ്
എന്ന് ഓർമ്മിപ്പിക്കുന്ന സഭാപ്രസംഗകനെ നമുക്കറിയാം.

വിശുദ്ധ ഗ്രന്ഥത്തിലെ സഭാപ്രസംഗകന്റെ പുസ്തകം ഒരേസമയം ജീവിതത്തിലെ മായകളെയും ദൈവത്തിൽ പ്രത്യാശ വയ്ക്കേണ്ട ആവശ്യകതയും നമുക്ക് പറഞ്ഞുതരുന്നുണ്ട്.എപ്പോൾ വേണമെങ്കിലും പൂർത്തിയാകാവുന്നതും നിത്യജീവനിലേക്ക് ജനിക്കുന്നതും ആണ് നമ്മുടെ ജീവിതം. ലോകത്തിലെ ഒന്നിലും പ്രത്യാശ വച്ചുകൊണ്ട് നമ്മുടെ ആത്മാവിനെ തൃപ്തമാക്കുവാൻ നമുക്ക് സാധിക്കില്ല.എന്നാൽ ലോകത്തിലെ എല്ലാ കാര്യങ്ങളിലും നമ്മുടെ ദൈവത്തിൽ പ്രത്യാശ വെച്ച് ജീവിക്കുവാൻ നമുക്ക് സാധിക്കും."ദൃശ്യമായവയല്ല, അദൃശ്യമായവയാണ് ഞങ്ങളുടെ ലക്ഷ്യം. ദൃശ്യങ്ങൾ നശ്വരങ്ങളാണ്, അദൃശ്യങ്ങൾ അനശ്വരങ്ങളും."(2 കോറിന്തോസ് 4 : 18)

നമുക്ക് ലഭിക്കുന്നതും നാം ആഗ്രഹിക്കുന്നതും ആയ എല്ലാ അനുഗ്രഹങ്ങളും നാം ദൈവത്തെ നോക്കി സ്വീകരിക്കുകയും ദൈവത്തെ നോക്കിക്കൊണ്ട് തന്നെ ആസ്വദിക്കുകയും വേണം.നാം ആസ്വദിക്കുന്ന എല്ലാ കാര്യങ്ങളിലിലും ഈശോയോട് സദാ നന്ദിയർപ്പിച്ചു കൊണ്ടിരിക്കുകയും വേണം.അപ്പോൾ അനുഗ്രഹങ്ങൾ ഇല്ലാതായാലും അത്ഭുതങ്ങൾ ഉണ്ടായില്ലെങ്കിലും ദൈവത്തിലുള്ള പ്രത്യാശയിൽ നിലനിൽക്കുവാൻ നമുക്ക് സാധിക്കും. ലൗകികവും ശാരീരികവും സാമ്പത്തികവും സാമൂഹികവുമായ എല്ലാ നന്മകളും നമുക്ക് ഉണ്ടാകണം എന്നും, നാം അവ ആസ്വദിക്കണം എന്നും നമ്മുടെ പിതാവ് ആഗ്രഹിക്കുന്നു.എന്നാൽ എല്ലാ അനുഗ്രഹങ്ങൾക്കും ഉപരി ഈശോ നൽകുന്ന രക്ഷയിലാണ് നാം പ്രത്യാശ വയ്ക്കേണ്ടത്."യുവാവേ,യുവത്വത്തിൽ നീ സന്തോഷിക്കുക,യൗവനത്തിന്റെ നാളുകളിൽ നിന്റെ ഹൃദയം നിന്നെ ആനന്ദിപ്പിക്കട്ടെ; ഹൃദയത്തിന്റെ പ്രേരണകളെയും

കണ്ണിന്റെ അഭിലാഷങ്ങളെയും പിൻചെല്ലുക. എന്നാൽ ഓർമിച്ചുകൊള്ളുക, ഇവയ്ക്കെല്ലാം ദൈവം നിന്നെ ന്യായവിധിക്കായി വിളിക്കും."(സഭാപ്രസംഗകൻ 11 : 9)

നമ്മുടെ പ്രവൃത്തികൾക്കെല്ലാം ഒരു വിധിതീർപ്പുണ്ട് എന്ന ബോധ്യത്തോടെ വേണം നാം മുന്നേറാൻ.ഏത് അവസ്ഥയിൽ ആയാലും എത്ര വലിയ പാപി ആണെങ്കിലും ഈശോയെ നാഥനും രക്ഷകനുമായി സ്വീകരിച്ച്, സ്നേഹിച്ച്, വിശ്വസിച്ചാൽ നമുക്ക് രക്ഷ ഉണ്ടാകും. ഈ ലോക ജീവിതത്തിലും നിത്യജീവിതത്തിലും നമുക്ക് രക്ഷയിലുള്ള വലിയ ഉറപ്പ് ലഭിക്കും എന്നുള്ളതാണ് ദൈവത്തിലുള്ള നമ്മുടെ ഏറ്റവും വലിയ പ്രത്യാശ."ക്രിസ്തുവിനോടൊപ്പം നിങ്ങൾ ഉയിർപ്പിക്കപ്പെട്ടെങ്കിൽ ദൈവത്തിന്റെ വലത്തുഭാഗത്ത് ഉപവിഷ്ടനായിരിക്കുന്ന ക്രിസ്തു വസിക്കുന്ന ഉന്നതത്തിലുള്ളവയെ അന്വേഷിക്കുവിൻ.ഭൂമിയിലുള്ള വസ്തുക്കളിലല്ല, പ്രത്യുത, ഉന്നതത്തിലുള്ളവയിൽ ശ്രദ്ധിക്കുവിൻ."(കൊളോസോസ് 3 : 1-2)

ഌ

വചന വായനയ്ക്കായി

സഭാപ്രസംഗകൻ - 2

പ്രാർത്ഥന

സ്വർഗ്ഗീയ പിതാവേ, ഭൂമിയിലുള്ള സർവ്വ സൗകര്യങ്ങളിലും അനുഗ്രഹങ്ങളിലും അങ്ങയെപ്രതി മാത്രം ആനന്ദം കണ്ടെത്തുവാനുള്ള അനുഗ്രഹം എനിക്ക് നൽകണമേ. എല്ലാ ഭൗതിക മേഖലകളിലും ദൈവഹിതത്തിൽ പ്രത്യാശ വെച്ചു

കൊണ്ട് സംതൃപ്തനായി ജീവിക്കുവാൻ വേണ്ടുന്ന കൃപ എനിക്ക് നൽകേണമേ.

വിശുദ്ധനെ ഓർക്കാം

ഈ ലോകജീവിതത്തോട് വിരക്തിയോടെ ജീവിച്ച രണ്ടാം ക്രിസ്തുവായ വിശുദ്ധ ഫ്രാൻസിസ് അസ്സിസിയെ, അങ്ങയുടെ ജീവിതത്തെ അനുകരിക്കാൻ ശ്രമിച്ച് ഈശോയിലുള്ള രക്ഷയിൽ പ്രത്യാശ വച്ചു ജീവിക്കുവാൻ വേണ്ടുന്ന കൃപയ്ക്കായ് എനിക്ക് വേണ്ടി മാധ്യസ്ഥം അപേക്ഷിക്കണമേ.

അനുദിന സമർപ്പണം

ഇന്നേദിവസം ഞാൻ ചെയ്യുന്ന എല്ലാ നന്മപ്രവർത്തികളും എന്റെ പ്രാർത്ഥനകളും ഭൗതിക കാര്യങ്ങളിൽ അമിതമായി ആശ്രയം വെയ്ക്കുന്ന എല്ലാവർക്കും വേണ്ടി സമർപ്പിക്കുന്നു.

നിർദേശം

ഈ ലോകത്തിന്റെ എല്ലാ പ്രവർത്തികളും നിത്യജീവനിൽ പ്രാത്യാശ വച്ചു ദൈവത്തെപ്രതി ചെയ്യുന്നുണ്ടോ എന്ന് വിചിന്തനം ചെയ്യുന്നത് ഉചിതമായിരിക്കും.

കുറിപ്പുകൾ

25

ദിവസം- 25 നിന്റെ പ്രാർത്ഥന ദൈവം കേൾക്കുന്നില്ലേ?

"രക്ഷിക്കാൻ കഴിയാത്തവിധം കർത്താവിന്റെ കരം കുറുകിപ്പോയിട്ടില്ല. കേൾക്കാനാവാത്തവിധം അവിടുത്തെ കാതുകൾക്കു മാന്ദ്യം സംഭവിച്ചിട്ടില്ല."

ഏശയ്യാ 59 : 1

എത്ര പ്രത്യാശ നിറഞ്ഞതാണ് ഈ വചനം. നമ്മുടെ ദൈവം സർവ്വശക്തനാണ്. അവിടുന്ന് നമ്മുടെ കാര്യങ്ങളിൽ ശ്രദ്ധേയനുമാണ്. പിന്നെ എന്തുകൊണ്ടാണ് നമ്മുടെ പല പ്രാർത്ഥനകളും ദൈവം കേട്ട ഭാവം നടിക്കാത്തത്?അതിനുള്ള കാരണം വചനം പറയുന്നുണ്ട് ."നിന്റെ അകൃത്യങ്ങൾ നിന്നെയും ദൈവത്തെയും തമ്മിൽ അകറ്റിയിരിക്കുന്നു; നിന്റെ പാപങ്ങൾ അവിടുത്തെ മുഖം നിന്നിൽ നിന്നു മറച്ചിരിക്കുന്നു. അതിനാൽ അവിടുന്ന് നിന്റെ പ്രാർഥന കേൾക്കുന്നില്ല.നിന്റെ കരങ്ങൾ രക്തപങ്കിലമാണ്.വിരലുകൾ അകൃത്യങ്ങളാൽ മലിനമായിരിക്കുന്നു.നിന്റെ അധരം വ്യാജം പറയുന്നു,നാവ്

"

ദുഷ്ടത പിറുപിറുക്കുന്നു." (ഏശയ്യാ 59 : 2-3)

പാപങ്ങൾ ഒക്കെ ഓർത്തെടുത്തു, പൂർണമാനസ്സോടെ, ഒരു നല്ല കുമ്പസാരം നടത്തിക്കഴിയുമ്പോൾ അത്ഭുതകരമാംവിധം പ്രാർത്ഥനയ്ക്ക് ഉത്തരം ലഭിച്ച അനേകം സാക്ഷ്യങ്ങൾ നാം കേട്ടിട്ടുണ്ട്. നിർമലമായയതും പാപക്കറകൾ ഇല്ലാത്തതുമായ ഒരു ഹൃദയം ദൈവത്തോട് എന്നും അടുത്തിരിക്കുന്നു. നിർമല ഹൃദയത്തോടെയുള്ള ഒരുവന്റെ അർഹതയുള്ള പ്രാർത്ഥന തള്ളിക്കളയുവാൻ കരുണയുള്ള പിതാവിന് കഴിയുമോ? ചെറുതും വലുതുമായ എല്ലാ പാപങ്ങളും ഓർത്ത് പശ്ചാത്തപിച്ചു കുമ്പസാരത്തിൽ ഏറ്റുപറയുക. മറ്റെല്ലാ കൂദാശയും പോലെ മഹത്വമേറിയതാണ് കുമ്പസാരവും." കർത്താവ് അരുളിച്ചെയ്യുന്നു: സീയോനിലേക്ക്, തിന്മകളിൽ നിന്നു പിന്തിരിഞ്ഞ യാക്കോബിന്റെ സന്തതികളുടെ അടുക്കലേക്ക്, കർത്താവ് രക്ഷകനായി വരും. കർത്താവ് അരുളിച്ചെയ്യുന്നു: ഞാൻ അവരുമായി ചെയ്യുന്ന ഉടമ്പടി ഇതാണ്; നിന്റെ മേലുള്ള എന്റെ ആത്മാവും, നിന്റെ അധരങ്ങളിൽ ഞാൻ നിക്ഷേപിച്ച വചനങ്ങളും, നിന്റെയോ നിന്റെ സന്താനങ്ങളുടെയോ അവരുടെ സന്താനങ്ങളുടെയോ അധരങ്ങളിൽ നിന്ന് ഇനി ഒരിക്കലും അകന്നുപോവുകയില്ല. കർത്താവാണ് ഇത് അരുളിച്ചെയ്യുന്നത്." (ഏശയ്യാ 59 : 20-21)

അലിവുള്ള പിതാവ് രക്ഷകനായി നമ്മുടെ അടുത്തേക്ക് വരും. നമ്മുടെ ആകുലതകളിലും രോഗങ്ങളിലും നിന്നും അവിടുന്ന് നമ്മെ രക്ഷിക്കും. നിന്റെ ഹൃദയമാകുന്ന പുസ്തകത്തിൽ നിന്റെ പാപക്കറകളാൽ വികൃതമാക്കിയവ മായ്ച്ചുകളയാൻ കാത്തിരിക്കുന്ന ദൈവത്തെ നിനക്ക് ധൈര്യമായി സമീപിക്കാം. അപ്പോൾ ആ പുസ്തകത്താളുകളിൽ നിന്റെ ഹൃദയാഭിലാഷങ്ങൾ

തെളിഞ്ഞു വരികയും അവയെ വിലമതിക്കുന്നവൻ അവ പരിഗണിക്കുകയും ചെയ്യും."എന്റെ നാമം പേറുന്ന എന്റെ ജനം എന്നെ അന്വേഷിക്കുകയും തങ്ങളെത്തന്നെ എളിമപ്പെടുത്തി പ്രാർഥിക്കുകയും തങ്ങളുടെ ദുർമാർഗങ്ങളിൽ നിന്നു പിൻതിരിയുകയും ചെയ്താൽ, ഞാൻ സ്വർഗത്തിൽ നിന്ന് അവരുടെ പ്രാർഥന കേട്ട് അവരുടെ പാപങ്ങൾ ക്ഷമിക്കുകയും അവരുടെ ദേശം സമ്പുഷ്ടമാക്കുകയും ചെയ്യും.ഇവിടെ നിന്നുയരുന്ന പ്രാർഥനകൾക്കുനേരേ എന്റെ കണ്ണും കാതും ജാഗരൂകമായിരിക്കും."(2 ദിനവൃത്താന്തം 7 : 14-15)

ॐ

വചന വായനയ്ക്കായി

ഏശയ്യ 59,സങ്കീർത്തനങ്ങൾ 32

പ്രാർഥന

ഏറ്റവും കരുണയുള്ള സ്വർഗീയ അപ്പാ, അങ്ങേക്കെതിരായി പാപം ചെയ്ത് അവിശ്വസ്തനായ എന്നോട് കരുണ കാണിക്കുകയും പാപപരിഹാരം അനുഷ്ഠിക്കുവാൻ വേണ്ട മനസ്സ് നൽകുകയും ചെയ്യണമേ.കുമ്പസാരത്തിന് വേണ്ട പ്രാധാന്യം നൽകി ജീവിക്കുവാൻ ഈശോയെ എന്നെ അനുഗ്രഹിക്കേണമേ. കുമ്പസാരത്തിലൂടെ എന്നും പ്രസാദവരത്തിൽ ആയിരിക്കുന്നത് ഏറ്റവും വലിയ നേട്ടം ആയി കാണാനുള്ള വരം,പരിശുദ്ധാത്മാവേ എനിക്ക് നൽകണമേ .

വിശുദ്ധനെ ഓർക്കാം

വിശുദ്ധ അഗസ്റ്റിനെ, പാപങ്ങളെ പ്രതി പശ്ചാത്തപിച്ച് കുമ്പസാരം എന്ന കൂദാശ സ്വീകരിച്ച് എന്നും നിർമലനായിരിക്കുവാനുള്ള പ്രചോദനത്തിനായി എനിക്ക് വേണ്ടി പ്രാർത്ഥിക്കേണമേ.

അനുദിന സമർപ്പണം

ഇന്നേദിവസം ഞാൻ ചെയ്യുന്ന എല്ലാ നന്മപ്രവർത്തികളും എന്റെ പ്രാർത്ഥനകളും കുമ്പസാരത്തെ അവഗണിക്കുന്ന ഏവരുടെയും തിരിച്ചുവരവിന് വേണ്ടി സമർപ്പിക്കുന്നു.

നിർദേശം

"എന്നാൽ ,നാം പാപങ്ങൾ ഏറ്റുപറയുന്നെങ്കിൽ , അവൻ വിശ്വസ്തനും നീതിമാനുമാകയാൽ , പാപങ്ങൾ ക്ഷമിക്കുകയും എല്ലാ അനീതികളിലും നിന്നു നമ്മെ ശുദ്ധീകരിക്കുകയും ചെയ്യും."(1യോഹന്നാന് 1 : 9). ഈ വചനത്തിൽ ആഴമായി വിശ്വസിച്ചു കുമ്പസാരത്തിന് വലിയ പ്രാധാന്യം നൽകുമെന്ന് തീരുമാനിക്കുന്നത് ഉചിതമായിരിക്കും.

കുറിപ്പുകൾ

26

ദിവസം - 26 നിന്റെ പ്രാർത്ഥന ദൈവം കേൾക്കുന്നില്ലേ? (തുടർച്ച)

"അവന്റെ ഇഷ്ടത്തിനനുസൃതമായി എന്തെങ്കിലും നാം
ചോദിച്ചാൽ, അവിടുന്നു നമ്മുടെ പ്രാർഥന കേൾക്കും
എന്നതാണു നമുക്ക് അവനിലുള്ള ഉറപ്പ്.
നമ്മുടെ അപേക്ഷ അവിടുന്നു കേൾക്കുന്നെന്നു
നമുക്കറിയാമെങ്കിൽ, നാം ചോദിച്ചതു കിട്ടിക്കഴിഞ്ഞു എന്നു
നമുക്ക് അറിയാം."
1 യോഹന്നാൻ 5 : 14-15

നാം അത്യധികമായി ആഗ്രഹിക്കുകയും പ്രയത്നിക്കുകയും
പ്രാർത്ഥിക്കുകയും ചെയ്തിട്ടും ചിലതൊക്കെ സാധിക്കാതെ
പോകുന്നുണ്ടാവും അല്ലേ. ദൈവഹിതം മറിച്ച് ആവാം.
അവിടുത്തെ പദ്ധതിപ്രകാരം അതിലും വലിയ അനുഗ്രഹം
നമുക്ക് നൽകാനാകും. അല്ലെങ്കിൽ നാം
അഹങ്കരിക്കാതിരിക്കാൻ ആവാം. "ജലത്തിനരികേ നിൽക്കുന്ന
ഒരു വൃക്ഷവും തന്റെ ഉയർച്ചയിൽ

അഹങ്കരിക്കാതിരിക്കുന്നതിനും തന്റെ അഗ്രം മേഘങ്ങൾ വരെ ഉയർത്താതിരിക്കുന്നതിനും,ജലം സുഭിക്ഷമായി വലിച്ചെടുക്കുന്ന ഒരു വൃക്ഷവും അത്രയ്ക്ക് ഉയരത്തിൽ എത്താതിരിക്കുന്നതിനും വേണ്ടിയാണ് ഇത്. എന്തെന്നാൽ പാതാളത്തിൽ പതിക്കുന്ന മർത്യരോടൊപ്പം ഭൂമിയുടെ അധോഭാഗത്തിന്, മരണത്തിന്, അത് ഏൽപ്പിക്കപ്പെട്ടിരിക്കുന്നു."(എസെക്കിയേൽ 31 : 14)

നാം അഹങ്കരിക്കാതിരിക്കാനാകും പല സൗഭാഗ്യങ്ങളും നമ്മിൽനിന്ന് അകറ്റപ്പെട്ടത്. ഇങ്ങനെ ഒരു അനുഗ്രഹം നൽകാതിരിക്കാൻ മാത്രം അഹങ്കാരം ഒരു പാപം ആണോ. അതെ, അഹങ്കാരം നമ്മുടെ പിതാവ് അധികമായി വെറുക്കുന്ന ഒരു തിന്മയാണ്, പാപമാണ്. "ജ്ഞാനമാണ് ഞാൻ;എന്റെ വാസം വിവേകത്തിലും.അറിവും വിവേചനാശക്തിയും എനിക്കുണ്ട്.ദൈവഭക്തി തിന്മയെ വെറുക്കലാണ്;അഹംഭാവം, ഗർവ്,ദുർമാർഗം,ദുർവചനം എന്നിവ ഞാൻ വെറുക്കുന്നു."(സുഭാഷിതങ്ങൾ 8:12-13)അഹങ്കരിക്കുന്നവൻ വലിയ അപകടത്തിലാണ്. അവന്റെ ഐശ്വര്യത്തിന് സ്ഥിരത ഉണ്ടാവുകയില്ല."ലോകത്തെ അതിന്റെ തിന്മനിമിത്തവും ദുഷ്ടരെ അവരുടെ അനീതി നിമിത്തവും ഞാൻ ശിക്ഷിക്കും. അഹങ്കാരിയുടെ ഔദ്ധത്യം ഞാൻ അവസാനിപ്പിക്കും. നിർദയന്റെ ഗർവ് ഞാൻ ശമിപ്പിക്കും."(ഏശയ്യാ 13 : 11).

സമ്പത്തിലും സൗഭാഗ്യത്തിനും അഹങ്കാരിയായിത്തീർന്നു സംസാരത്താലും പ്രവൃത്തിയാലും ചുറ്റുമുള്ളവരെ വിഷമിപ്പിക്കുകയും സ്വയം പാപിയായിത്തീരുകയും ചെയ്യുന്നതിനേക്കാളും,അവയൊന്നുമില്ലാതെ വിനീതൻ ആവുകയാണ് നല്ലത്. അഹങ്കാരി യഥാർത്ഥത്തിൽ വിഗ്രഹാരാധനയാണ് ചെയ്യുന്നത്. അവൻ താനെന്തിലാണോ അഹങ്കരിക്കുന്നത് അതിനെ ആരാധിക്കുകയാണ്

ചെയ്യുക."കർത്താവിന് ഒരു ദിനമുണ്ട്. അഹന്തയും ഉന്നതഭാവവും ഉള്ള എല്ലാറ്റിനും എതിരായ ദിനം!ലബനോനിലെ ഉന്നതമായ ദേവദാരുവിനും ബാഷാനിലെ കരുവേലകത്തിനും ഉന്നതമായ പർവതങ്ങൾക്കും ഉയർന്ന കുന്നുകൾക്കും ഉന്നതമായ സകല ഗോപുരങ്ങൾക്കും, എല്ലാ ശക്തിദുർഗങ്ങൾക്കും താർഷീഷിലെ കപ്പലുകൾക്കും മനോഹരമായ എല്ലാ ശില്പങ്ങൾക്കും എതിരായ ദിനം!മനുഷ്യന്റെ അഹങ്കാരത്തിന് അറുതിവരും; ഗർവിഷ്ഠൻ വിനീതനാക്കപ്പെടും. അന്ന് കർത്താവുമാത്രം ഉയർന്നു നിൽക്കും."(ഏശയ്യാ 2 : 12-17)

നമ്മുടെ സാഹചര്യത്തെക്കുറിച്ചും നാളെയെക്കുറിച്ചും അഹങ്കരിക്കാതിരിക്കാൻ ശ്രമിക്കാം."നാളെയെച്ചൊല്ലി അഹങ്കരിക്കേണ്ടാ,ഒരു ദിവസംകൊണ്ട് എന്തുസംഭവിക്കാമെന്നു നീ അറിയുന്നില്ല.ആത്മപ്രശംസ ചെയ്യരുത്. മറ്റുള്ളവർ നിന്നെ പ്രശംസിക്കട്ടെ. അന്യന്റെ നാവാണ്, നിന്റേതല്ല,അതു ചെയ്യേണ്ടത്."(സുഭാഷിതങ്ങൾ 27 : 1-2)"അഹന്തയോടെ മേലിൽ സംസാരിക്കരുത്.നിന്റെ നാവിൽ നിന്നു ഗർവ് പുറപ്പെടാതിരിക്കട്ടെ.കാരണം, കർത്താവ് സർവജ്ഞനായ ദൈവമാണ്.പ്രവൃത്തികളെ വിലയിരുത്തുന്നത് അവിടുന്നാണല്ലോ."(1 സാമുവൽ 2 : 3)എല്ലാറ്റിനുമുപരി,സമ്പത്തിലും, സൗഭാഗ്യങ്ങളിലും, ബന്ധങ്ങളിലും ഉപരി നമ്മുടെ കർത്താവിൽ നമുക്ക് ആശ്രയിക്കാം. ക്രിസ്തുവിനെ പ്രതി അഭിമാനിക്കാം. "അതുകൊണ്ട്, ദൈവത്തിനുവേണ്ടിയുള്ള ജോലിയെക്കുറിച്ച് എനിക്ക് യേശുക്രിസ്തുവിൽ അഭിമാനിക്കാൻ കഴിയും."(റോമാ 15 : 17)

♈

വചന വായനക്കായി

പ്രഭാഷകൻ 10:6-18,എസക്കിയേൽ: 31

പ്രാർത്ഥന

കരുണയുള്ള പിതാവേ,
    "അർഹിക്കാത്തത്   നല്കി   നീയെന്നെ
അന്ധനാക്കരുതേശുവേ
    അർഹിക്കുന്നത് നല്കാതെ നാഥാ
    ആർത്തനാക്കരുതെന്നെ നീ
    ആശ്രയം നിന്റെ വൻകൃപ
    ആലംബം എന്നും നിൻ വരം
    കൈവല്യം നല്കും സാന്ത്വനം...."

വിശുദ്ധനെ ഓർക്കാം

വിശുദ്ധ   ജോൺ   മരിയ   വിയാനിയെ,   നേട്ടങ്ങളിലും
സൗഭാഗ്യങ്ങളിലും   അഹങ്കരിക്കാതെ   വിനീതനായി
ഇരിക്കുവാനുള്ള കൃപക്കായി എനിക്ക് വേണ്ടി ഈശോയോട്
പ്രാർത്ഥിക്കേണമേ.

അനുദിന സമർപ്പണം

ഇന്നേദിവസം ഞാൻ ചെയ്യുന്ന എല്ലാ നന്മപ്രവർത്തികളും
എന്റെ   പ്രാർത്ഥനകളും,   ദൈവം   തന്റെ   പ്രാർത്ഥനകൾ
കേൾക്കുന്നില്ലല്ലോ എന്ന നിരാശയിൽ ജീവിക്കുന്ന ഏവർക്കും
വേണ്ടി സമർപ്പിക്കുന്നു.

നിര്‍ദേശം

നമ്മുടെ പ്രാര്‍ത്ഥനകള്‍ ഈശോയ്ക്കു സമര്‍പ്പിക്കുമ്പോഴൊക്കെ ദൈവഹിതം പൊലെ ആകട്ടെ എന്ന മനോഭാവത്തില്‍ ഉറച്ചുനില്‍ക്കുവാന്‍ ശ്രമിക്കുന്നത് ഉചിതമായിരിക്കും.

കുറിപ്പുകൾ

27

ദിവസം- 27 ഒറ്റക്കിരിക്കാൻ ഇഷ്ടപ്പെടുന്ന ഈശോ.

"അവൻ ജനക്കൂട്ടത്തെ പിരിച്ചുവിട്ടതിനുശേഷം
ഏകാന്തതയിൽ പ്രാർഥിക്കാൻ  മലയിലേക്കുകയറി.
രാത്രിയായപ്പോഴും അവൻ അവിടെ തനിച്ച് ആയിരുന്നു."
മത്തായി 14 : 23

ഈശോ ഇടയ്ക്കിടെ ശിഷ്യന്മാരിൽ നിന്നും ജനത്തിൽ നിന്നും അകലെ വിജന പ്രദേശങ്ങളിലും ഉയർന്ന മലകളിലും ഏകനായിരിക്കുവാൻ സമയം കണ്ടെത്തുന്നത് സുവിശേഷത്തിൽ നമുക്ക് കാണാൻ സാധിക്കും.. ജോലിസ്ഥലത്തും വീട്ടിലും ആയി സഹപ്രവർത്തകരുടെയും കുടുംബാംഗങ്ങളുടെയും കൂടെ സമയം പങ്കിടുന്ന നാം കുറച്ചുനേരം നമുക്ക് മാത്രമായി മാറ്റി വയ്ക്കുന്നത് വളരെ പ്രധാനമായി കാണേണ്ട ഒരു കാര്യം തന്നെയാണ്(Me time).മനസ്സിനും ശരീരത്തിനും ബുദ്ധിക്കും ദീർഘനേരത്തെ ജോലിക്ക് ശേഷം വിശ്രമം നൽകുവാനും, ആലോചിക്കാനും,

വിശകലനം ചെയ്യുവാനും, സ്വന്തം മനസാക്ഷിയോട് സംസാരിക്കുവാനും, തന്നെത്തന്നെ സ്നേഹിക്കുവാനും അങ്ങനെ ഉള്ളിലുള്ള പരിശുദ്ധാത്മാവും ആയി സംവദിക്കുവാനും കുറച്ചുസമയം ദിവസവും ചെലവഴിക്കുക വളരെ ഉചിതം അല്ലേ.

ഒറ്റയ്ക്ക് ആവുന്നത് രണ്ടുതരത്തിലാണ്. മറ്റുള്ളവർ നമ്മെ ഒറ്റപ്പെടുത്തുമ്പോഴും നാം സ്വയം ഒറ്റയ്ക്കിരിക്കാൻ ആഗ്രഹിക്കുമ്പോഴും. രണ്ടായാലും അവ ഒരു സമയപരിധിക്കുള്ളിൽ ആണെങ്കിൽ നന്മയാണ്.മറ്റുള്ളവർ ഒറ്റപ്പെടുത്തുമ്പോൾ നാം നമ്മിലേക്ക് നോക്കുകയും, കാരണങ്ങൾ വിശകലനം ചെയ്യുകയും,ഈശോയോട് സംസാരിക്കുകയും,ഉത്തരങ്ങൾ തേടുകയും,മനസ്സിനെ സൗഖ്യമാക്കി ജീവിതത്തിലേക്ക് തിരിച്ചു വരികയും ചെയ്യണം.സ്വയമേ ഒറ്റയ്ക്കിരിക്കാൻ ആഗ്രഹിക്കുമ്പോഴും ഏകനായിരിക്കുന്നത് ആസ്വദിക്കുകയും, മനസ്സും ആത്മാവും ഫ്രഷ് ആക്കി സമൂഹത്തിലേക്ക് തിരിച്ചുവരികയും,കൂടുതൽ ഊർജ്ജസ്വലതയോടെ പ്രവർത്തിക്കുകയും ചെയ്യണം. മൊബൈൽ റീചാർജ് ചെയ്യുന്നതുപോലെ മനസ്സിനെയും ആത്മാവിനെയും ഇങ്ങനെ മറ്റെല്ലാ കാര്യങ്ങളിൽ നിന്നും മാറ്റി റീച്ചാർജ് ചെയ്യുന്നത് നല്ലതാണ്. ഇങ്ങനെ നാം തെരഞ്ഞെടുക്കുന്ന ഇടവേളകൾ നന്മയുള്ളത് ആക്കുവാനും ഏറ്റവും പ്രയോജനപ്രദം ആക്കുവാനും പ്രാർത്ഥനയെയും ബൈബിൾ വായനയെയും കൂട്ടുപിടിക്കുന്നത് വളരെ നല്ലത് ആണ്. അപ്പോൾ ലഭിക്കുന്ന ദൈവികമായ ഫലങ്ങൾ നമുക്കും മറ്റുള്ളവർക്കും ഉപകാരപ്രദം ആക്കുവാൻ സാധിക്കും.

ഽ

വചന വായനയ്ക്കായി

സങ്കീര്‍ത്തനം 139

പ്രാര്‍ത്ഥന

നല്ല ഈശോയെ ഒരു നിശ്ചിതസമയം ഒറ്റക്കിരിക്കുവാനും ആത്മീയമായി ഊര്‍ജ്ജം സ്വീകരിക്കുവാനും അങ്ങനെ കൂടുതല്‍ ഫലപ്രദമായി കാര്യങ്ങള്‍ ചെയ്യുവാനും ഉള്ള കൃപ എനിക്ക് തരേണമേ.പരിശുദ്ധാത്മാവേ ദീര്‍ഘനേരം ജോലിയും മറ്റു കര്‍ത്തവ്യങ്ങളും ചെയ്ത് മനസ് തളരുവാന്‍ അനുവദിക്കാതെ ഇടയ്ക്കിടെ അങ്ങയുടെ സന്നിധിയിലിരുന്ന് ആത്മാവാല്‍ ജ്വലിക്കപ്പെടുവാന്‍ എനിക്കിടയാക്കണമേ.

വിശുദ്ധനെ ഓര്‍ക്കാം

വിശുദ്ധ യൗസേപ്പിതാവേ,ദീര്‍ഘനേരത്തെ അദ്ധ്വാനത്തിനു ശേഷം ഇടവേളകള്‍ കണ്ടെത്തുവാനും ഈശോയോടും മാതാവിനോടുമൊപ്പം വിശ്രമിക്കുവാനും സമയം ചെലവിടുവാനും അങ്ങ് നേരം കണ്ടെത്തിയത് പോലെ ഇടയ്ക്കിടെ സ്വര്‍ഗത്തോടൊപ്പം ആയിരിക്കുവാന്‍ വേണ്ടുന്ന കൃപയ്ക്കായി എനിക്ക് വേണ്ടി മാധ്യസ്ഥം വഹിക്കേണമേ.

അനുദിന സമര്‍പ്പണം

ഇന്നേദിവസം ഞാന്‍ ചെയ്യുന്ന എല്ലാ നന്മപ്രവര്‍ത്തികളും എന്റെ പ്രാര്‍ത്ഥനകളും ജോലി തിരക്കുകള്‍ കാരണം ആത്മീയ ജീവിതത്തില്‍ വളരുവാന്‍ കഴിയാത്ത ഏവര്‍ക്കും വേണ്ടി സമര്‍പ്പിക്കുന്നു.

നിർദ്ദേശം

ദിവസവും അല്പനേരം,അരമണിക്കൂറെങ്കിലും നമുക്കു വേണ്ടി മാത്രം മാറ്റി വയ്ക്കുകയും ഈശോയോടൊപ്പം മനസ്സിനെ വിശുദ്ധീകരിക്കുകയും ചെയ്യുന്നത് ഉചിതമായിരിക്കും.

കുറിപ്പുകള്‍

28

ദിവസം- 28 എല്ലാം ദൈവത്തിന്റെ ദാനം.

നാം ഉരുവിടുന്ന പ്രാർഥനകളിലും പാടുന്ന ഗാനങ്ങളിലും ദൈവത്തിന് എല്ലാം വിട്ടുകൊടുക്കുന്നതിനെ പറ്റിയും പൂർണമായി സമർപ്പിക്കുന്നതിനെ പറ്റിയും ഒക്കെ പറയാറില്ലേ.എന്താണ് യഥാർത്ഥത്തിൽ ഈ സമർപ്പണം? 'ഈശോയെ, എന്നെ ഞാൻ അങ്ങേക്ക് സമർപ്പിക്കുന്നു' എന്ന് നാം അനേകം തവണ പ്രാർത്ഥിച്ചിട്ടുണ്ട്.ഇങ്ങനെ വാക്കിലൂടെ പറയാമെന്നല്ലാതെ അത് എങ്ങനെ പ്രാവർത്തികമാക്കും എന്ന് പലതവണ ചിന്തിച്ചിട്ടില്ലേ. ആ പ്രാർത്ഥനയുടെ അർത്ഥം ഉൾക്കൊണ്ടുകൊണ്ട് മനസ്സുകൊണ്ട് 'സമർപ്പിക്കുന്നത്' എങ്ങനെയെന്ന് മനസ്സിലാക്കുവാൻ ഒരു എളുപ്പവഴിയുണ്ട്. നാം സമർപ്പിക്കുന്നു എന്ന് പറയുന്ന സകലതും ഈശോയുടെ ദാനമാണെന്ന ബോധ്യം വളർത്തുകയാണ് ആദ്യത്തെ പടി. 'ഞാൻ എന്നെ അങ്ങേയ്ക്ക് തരുന്നു' എന്ന് പറയുമ്പോൾ എന്റെ ജീവൻ

എന്റേതല്ല, അങ്ങയുടെ ദാനമാണ് എന്ന ബോധ്യം എനിക്ക് ഉണ്ടാവണം. എന്റെ സമ്പത്തും എന്റെ കഴിവുകളും എന്റെ കുടുംബവും എന്റെ മക്കളും ഈശോ തന്ന സമ്മാനമാണ്,അവിടുത്തെ ദാനമാണ് എന്ന ഉറച്ച ബോധ്യം ഉണ്ടായാല്‍ അവയെ പൂര്‍ണ്ണമനസ്സോടെ സമര്‍പ്പിക്കുവാന്‍ എളുപ്പമാണ്. അപ്പോള്‍ അവയൊന്നും നമ്മുടെ സ്വന്തമായി കരുതി ഗര്‍വ് ഭാവിക്കാതെ ഈശോയോട് നന്ദി ഉള്ളവരായിരിക്കുവാന്‍ നമുക്ക് സാധിക്കും. അപ്പോള്‍ വീണ്ടും ആത്മീയവും ലൗകികവുമായ ദാനങ്ങള്‍ അവിടുന്ന് തരികയും ചെയ്യും.

ഇതുപോലെ തന്നെയാണ് നമ്മുടെ ദാരിദ്ര്യവും രോഗവും വിഷമങ്ങളും ഒക്കെ സമര്‍പ്പിക്കുമ്പോഴും.അവയൊക്കെ നമ്മുടെ ആത്മീയ വളര്‍ച്ചയ്ക്കും നിത്യജീവനിലേക്കുള്ള പാതയ്ക്കുമായി ഈശോ അനുവദിച്ച് തരുന്ന സഹനങ്ങളാണ് എന്ന ഉത്തമബോധ്യത്തോടെ,നന്ദിയോടെ സമര്‍പ്പിച്ചാല്‍ നമ്മുടെ നന്മ ഏറ്റവും അധികമായി ആഗ്രഹിക്കുന്ന ഈശോ അവയൊക്കെ നമ്മുടെ നന്മയ്ക്കായി പരിണമിപ്പിക്കും. നമുക്കുള്ളതൊക്കെയും അവിടുത്തെ കയ്യില്‍ ഭദ്രമാണെന്നതിനെ ഓര്‍ത്ത് നമുക്ക് ദൈവത്തെ സ്തുതിക്കാം."സമ്പത്തും സമൃദ്ധിയും അത് അനുഭവിക്കാനുള്ള കഴിവും നല്‍കി ദൈവം അനുഗ്രഹിച്ചിട്ടുള്ള ഓരോ വ്യക്തിയും തന്റെ ഈ അവസ്ഥയെ മാനിക്കുകയും അധ്വാനഫലം ആസ്വദിക്കുകയും ചെയ്യേണ്ടതാണ്, ഇതു ദൈവത്തിന്റെ ദാനമാണ്."(സഭാപ്രസംഗകന്‍ 5 : 19)

☙

വചന വായനയ്ക്കായി

സങ്കീർത്തനം 127

പ്രാർത്ഥന

നല്ല ഈശോയെ എന്റെ ജീവിതത്തിൽ എന്റെ സ്വന്തം എന്ന് കരുതുന്ന സർവതും അങ്ങയുടെ ദാനം ആണെന്നുള്ള അറിവിൽ അനുദിനം ജീവിക്കുവാൻ എന്നെ അനുഗ്രഹിക്കേണമേ. അവയൊക്കെ നന്ദിയുള്ള ഹൃദയത്തോടെ ദൈവപിതാവിന് പൂർണമായി സമർപ്പിക്കുവാനുള്ള മനസ്സ് തന്ന് പരിശുദ്ധാത്മാവേ എന്നെ അനുഗ്രഹിക്കേണമേ.

വിശുദ്ധനെ ഓർക്കാം

തനിക്കു ചുറ്റുമുള്ളതൊക്കെയും ദൈവത്തിന്റെ ദാനങ്ങൾ ആണെന്ന് മനസ്സിലാക്കി പ്രകൃതിയേയും മനുഷ്യരേയും സ്നേഹിച്ച വിശുദ്ധ ഫ്രാൻസിസ് അസീസിയെ അങ്ങയുടെ മനോഭാവം എന്നിലും വളർത്തുവാനുള്ള അനുഗ്രഹത്തിനായി മാധ്യസ്ഥം വഹിക്കേണമേ.

അനുദിന സമർപ്പണം

ഇന്നേദിവസം ഞാൻ ചെയ്യുന്ന എല്ലാ നന്മപ്രവർത്തികളും എന്റെ പ്രാർത്ഥനകളും, തനിക്കുള്ളതെല്ലാം സ്വന്തം കഴിവിൽ സമ്പാദിച്ചു എന്ന് അഹങ്കരിക്കുന്ന ഏവരുടെയും മാനസാന്തരത്തിനായി സമർപ്പിക്കുന്നു.

നിർദ്ദേശം

നമുക്ക് സ്വന്തമായുള്ള സര്‍വ്വതും, പോസിറ്റീവും നെഗറ്റീവും ആയ എല്ലാ കാര്യങ്ങളും ഓര്‍ത്ത് അത് ദൈവദാനം ആണെന്ന ബോധ്യം വളര്‍ത്തുന്നത് ഉചിതമാണ്.

"കര്‍ത്താവു ഭവനം പണിയാതെ വന്നാല്‍
നിഷ്ഫലമാകും പ്രയത്നമെല്ലാം
കര്‍ത്താവു നഗരം കാക്കാതെ പോയാല്‍
കാവല്‍ വെറുതെയാകും"

കുറിപ്പുകൾ

29

ദിവസം -29 നമ്മുടെ കഴിവുകൾ എന്തിനുവേണ്ടി?

"ഓരോരുത്തനും തനിക്കു കിട്ടിയ ദാനത്തെ ദൈവത്തിന്റെ വിവിധ ദാനങ്ങളുടെ ഉത്തമനായ കാര്യസ്ഥനെന്ന നിലയിൽ മറ്റെല്ലാവർക്കും വേണ്ടി ഉപയോഗിക്കട്ടെ."
1 പത്രോസ് 4 : 10

ഓരോരുത്തർക്കും ദൈവം ഒരു പ്രത്യേക വിളി നൽകിയിട്ടുണ്ട്. ദൈവദത്തമായി നമുക്ക് ലഭിച്ച കഴിവിനെ ദൈവ മഹത്വത്തിനായി ഉപയോഗിക്കുവാനുള്ള വിളി. ദൈവം നമുക്ക് അനേകവിധമായ കഴിവുകൾ നൽകിയിരിക്കുന്നത് അവ നന്മയ്ക്കായി ഉപയോഗിക്കുവാൻ തന്നെയാണ്.നാം ഏത് ജീവിതാന്തസ്സിലായിരുന്നാലും തൊഴിൽമേഖലയിൽ ആയിരുന്നാലും നമ്മുടെ മനസ്സിനിണങ്ങിയ,നമുക്ക് ഇഷ്ടപ്പെടുന്ന ഒരു കഴിവുണ്ടാകും. ചിലർക്ക് പാട്ടു പാടുവാനോ,നന്നായി എഴുതുവാനോ,നന്നായി സംസാരിക്കുവാനോ,ചിത്രം വരയ്ക്കുവാനോ,അഗതികളെ

ശുശ്രൂഷിക്കുവാനോ,നന്നായി പാചകം ചെയ്യുവാനോ,കുട്ടികളെ നന്നായി രസിപ്പിക്കുവാനോ ഒക്കെ പ്രത്യേക കഴിവുണ്ടാകും. ഇവയൊക്കെ ദൈവമഹത്വത്തിനായി ഉപയോഗിക്കാൻ ഏറെ സാദ്ധ്യതകൾ ഉള്ളവയാണ്.കുട്ടികളോടൊപ്പം സമയം ചെലവഴിക്കാൻ ഇഷ്ടമുള്ളവർക്ക് കുട്ടികൾക്കു മതബോധനം നൽകുക എന്ന വളരെ പ്രധാനമായ ദൗത്യം ഏറ്റെടുക്കാനാകും.പാചകം ഇഷ്ടമുള്ളവർക്ക് അനാഥാലയങ്ങളിലും മറ്റും അഗതികളെ സന്തോഷിപ്പിക്കാനായി രുചികരമായ ഭക്ഷണം തയ്യാറാക്കി നൽകാൻ പറ്റും.ഇതുപോലുള്ള കഴിവുകൾ ഇതുവരെ നാം കണ്ടെത്തി ഉപയോഗിച്ചില്ലെങ്കിൽ അത് ഉപയോഗശൂന്യമായി തീരും.

അത് കണ്ടെത്താൻ ആത്മാർത്ഥമായി നാമെന്താണ് ഇഷ്ടപ്പെടുന്നത് എന്ന് സ്വയം വിലയിരുത്തണം. നമ്മളെക്കാളും നമ്മുടെ കഴിവിനെ പറ്റി ഉറപ്പുള്ളത് നമ്മുടെ കർത്താവിനാണ്.അതിനാൽ ഈ കാര്യത്തിൽ ഒരു തീരുമാനം എടുക്കുവാൻ കഴിയുന്നതുവരെയും അതിനായി പ്രാർത്ഥിക്കണം.ഈശോയോട് ചോദിക്കണം," നീ എനിക്ക് എന്ത് കഴിവാണ് തന്നത് " എന്ന്. അവിടുന്ന് തീർച്ചയായും ഒരു ഉത്തരം തരും. അത് കണ്ടെത്തിക്കഴിഞ്ഞാൽ താലന്തുകളുടെ ഉപമയിലെ വിവേകിയായ വ്യക്തി ചെയ്തത് പോലെ നമ്മുടെ ആ കഴിവിനെ വളർത്തുവാൻ ശ്രമിക്കണം. ഇന്നത്തെ കാലത്ത് ഇന്റർനെറ്റിലും മറ്റും അനേകം വിവരങ്ങൾ ലഭ്യമാണ്. നമ്മുടെ കഴിവ് വളർത്തുവാനും അതിനെപ്പറ്റി കൂടുതൽ പഠിക്കുവാനും ഓൺലൈൻ ക്ലാസുകളും ടീച്ചിങ് വീഡിയോകളും പുസ്തകങ്ങളും ലഭ്യമാണ്. എന്നാൽ അപ്പോഴാക്കെയും അവയൊക്കെ ഈശോയെ പ്രീതിപ്പെടുത്തുന്നതാണോ എന്ന് നിരന്തരം നാം വിശകലനം ചെയ്യേണ്ടതുമാണ്. അപ്പോൾ ഓരോരോ കഴിവുകളും ദൈവ

മഹത്വത്തിനായി എങ്ങനെ ഉപയോഗിക്കാം എന്ന് പരിശുദ്ധാത്മാവ് നമുക്ക് വെളിപ്പെടുത്തി തന്നു കൊണ്ടിരിക്കും. ഏറ്റവും പ്രധാനം നമ്മുടെ പക്കൽ ഏൽപ്പിച്ചിരിക്കുന്ന കാര്യം ഉത്തരവാദിത്വത്തോടെ സൂക്ഷിക്കുകയും വളർത്തുകയും നിരന്തരം ഈശോയ്ക്ക് സമർപ്പിച്ചുകൊണ്ടിരിക്കുകയും ചെയ്യുക എന്നതാണ്."ഉത്തമവും പൂർണവുമായ എല്ലാദാനങ്ങളും ഉന്നതത്തിൽ നിന്ന്, മാറ്റമോ മാറ്റത്തിന്റെ നിഴലോ ഇല്ലാത്ത പ്രകാശങ്ങളുടെ പിതാവിൽ നിന്നു വരുന്നു."(യാക്കോബ് 1 : 17)

෨

വചന വായനയ്ക്കായി

സങ്കീർത്തനം 25

പ്രാർത്ഥന

നല്ല ഈശോയെ,അങ്ങ് എനിക്ക് നൽകിയ താലന്തിനെ കണ്ടെത്തുവാനും അങ്ങേ നാമമഹത്വത്തിനായി അത് ഉപയോഗിക്കുവാനും എന്നെ പഠിപ്പിക്കേണമേ. പരിശുദ്ധാത്മാവേ, മടിപിടിച്ചു ഇരിക്കാതെ എന്നാലാവുന്ന വിധം എന്റെ കഴിവിനെ വളർത്തുവാനും ദൈവരാജ്യത്തിനായി ഉപയോഗിക്കുവാനും എന്നെ സഹായിക്കേണമേ.

വിശുദ്ധനെ ഓർക്കാം

കലയുടെ വിശുദ്ധയായ ബോളോനയിലെ വിശുദ്ധ കാതറീനെ,ദൈവപിതാവ് ദാനമായി നൽകിയ കഴിവിനെ

കണ്ടെത്തുവാനും വളർത്തുവാനുള്ള കൃപക്കായി എനിക്ക് വേണ്ടി മാധ്യസ്ഥം വഹിക്കേണമേ.

അനുദിന സമർപ്പണം

ഇന്നേദിവസം ഞാൻ ചെയ്യുന്ന എല്ലാ നന്മപ്രവർത്തികളും എന്റെ പ്രാർത്ഥനകളും സ്വന്തം കഴിവുകളെ കണ്ടെത്താൻ കഴിയാതെ ജീവിതം വ്യർത്ഥം ആക്കി കളയുന്ന ഏവർക്കും വേണ്ടി സമർപ്പിക്കുന്നു.

നിർദ്ദേശം

ദൈവം തന്ന പ്രത്യേകമായ ആ വിളി കണ്ടുപിടിക്കാനുള്ള പ്രയത്നം ഇന്നുതന്നെ തുടങ്ങുന്നത് നല്ലതായിരിക്കും.

ഏ

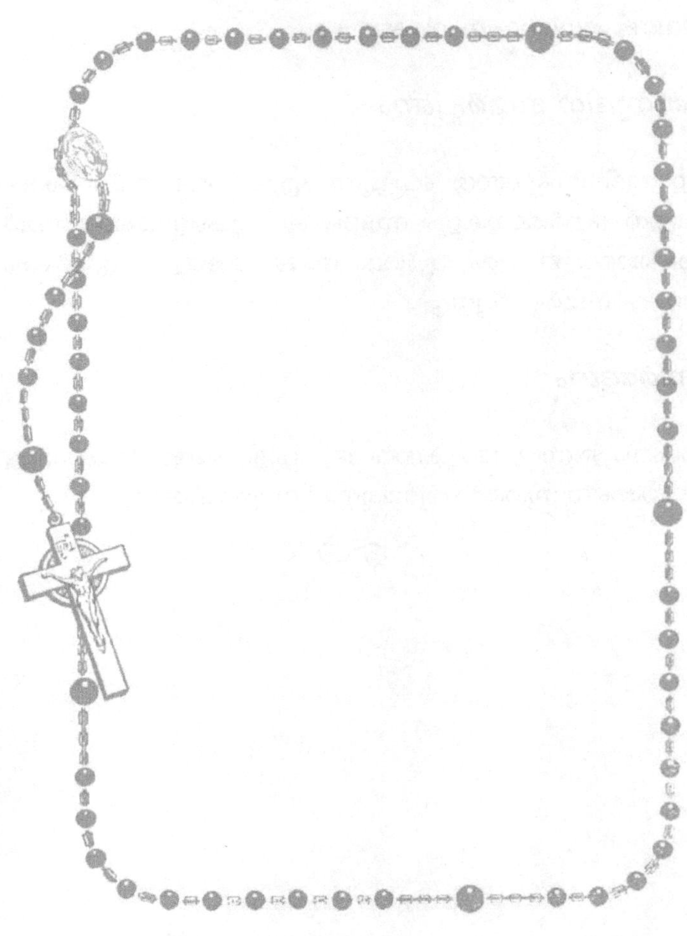

കുറിപ്പുകൾ

30

ദിവസം- 30 ഈശോയെ എങ്ങനെ പൂർണമായി സ്നേഹിക്കാം?

"നിങ്ങളുടെ ദൈവമായ കർത്താവിനെ പൂർണഹൃദയത്തോടും പൂർണാത്മാവോടും പൂർണ ശക്തിയോടും കൂടെ സ്നേഹിക്കണം."
നിയമാവർത്തനം 6 : 5

ഈശോയെ സ്നേഹിക്കുവാൻ ആണല്ലോ തിരുവചനവും തിരുസഭയും നമ്മെ പഠിപ്പിക്കുന്നത്. നമ്മുടെ സ്വന്തമായവരെയും ചുറ്റുമുള്ളവരെയും നിരന്തരം കാണുന്ന നമ്മുടെ സഹോദരരെ പോലും പൂർണമായി സ്നേഹിക്കുവാൻ പലപ്പോഴും നാം പരാജയപ്പെടാറുണ്ട്,അല്ലേ.അപ്പോഴാണ് ഒരിക്കലും നേരിൽ കണ്ടിട്ടില്ലാത്തതും അനുഭവിക്കാത്തതുമായ ഈശോ എന്ന വ്യക്തിയെ പൂർണ്ണഹൃദയത്തോടെ സ്നേഹിക്കുവാൻ നാം ശ്രമിക്കേണ്ടത്. ഒരാളെ അനുസരിക്കണമെങ്കിലോ അയാളുടെ ഉപദേശം സ്വീകരിക്കണമെങ്കിലോ അയാൾ

പറയുന്നതൊക്കെയും വിശ്വസിക്കണമെങ്കിലോ ആദ്യമേ ആ വ്യക്തിയില്‍ നമുക്ക് ഉത്തമമായ വിശ്വാസവും ശരണവും ഉണ്ടായിരിക്കണം. ഒരു പരിചയവും ഇല്ലാത്ത ഒരാളെ വിശ്വസിക്കുക പ്രയാസം തന്നെയാണ്.ഈശോയെ വിശ്വസിക്കണമെങ്കില്‍ ഒരു വ്യക്തിയായി മുഴുവനായും അവിടുത്തെ അറിഞ്ഞിരിക്കേണ്ടത് ആവശ്യമാണ്. ദൈവത്തെപ്പറ്റി അറിയുവാന്‍ ബൈബിള്‍ അല്ലാതെ ഒരു ഉത്തമ മാര്‍ഗം വേറെയില്ല."ആദിയില്‍ വചനമുണ്ടായിരുന്നു; വചനം ദൈവത്തോടുകൂടെയായിരുന്നു; വചനം ദൈവമായിരുന്നു."(യോഹന്നാന്‍ 1 : 1)

ദിവസേനയുള്ള ബൈബിള്‍ വായനയില്‍ ഓരോ ദിനവും കഴിയുമ്പോഴും സ്വര്‍ഗീയ പിതാവിനെയും ഈശോയെയും കൂടുതലായി അറിയുവാന്‍ നമുക്ക് സാധിക്കുന്നു. ഈശോയോട് കൂടുതല്‍ അടുക്കുന്തോറും വചനത്തിലെ സത്യങ്ങള്‍ നമുക്ക് കൂടുതലായി വെളിപ്പെട്ടു കിട്ടുകയും അവിടുന്നിലുള്ള വിശ്വാസവും സഹകരണവും സ്നേഹവും വര്‍ധിക്കുന്നത് അനുഭവിക്കുവാനും സാധിക്കും. അവനിലുള്ള അറിവില്‍ നാം നിറയുമ്പോള്‍ അവനെ അധികമായി സ്നേഹിക്കാതിരിക്കാന്‍ നമുക്കാവില്ല.നാം അത്രയധികം ആയി സ്നേഹിക്കുന്ന അവിടുത്തെ വിശ്വസിക്കാതിരിക്കാനോ അവിടുന്ന് പറയുന്നത് അനുസരിക്കാതിരിക്കുവാനോ നമുക്കാവുമോ?അതിനാല്‍ നാം കണ്ടിട്ടില്ലാത്ത,അനുഭവിച്ചിട്ടില്ലാത്ത ഈശോയെ കൂടുതല്‍ അറിയുവാനും അവിടുത്തെ അനുസരിക്കുവാനും ഉള്ള ഏറ്റവും ഉത്തമമായ വഴി ബൈബിളില്‍ അവിടുത്തെ അന്വേഷിക്കുക എന്നുള്ളതാണ്. ആഴമായ ബൈബിള്‍ വായനയും ധ്യാനവും വഴി ഈശോയുടെ ചിത്രം നമ്മില്‍ കൂടുതല്‍ തെളിമയുള്ളതായി തീരും."നിങ്ങളുടെ ദൈവമായ കര്‍ത്താവിനെ പൂര്‍ണഹൃദയത്തോടും പൂര്‍ണാത്മാവോടും

പൂർണ ശക്തിയോടും കൂടെ സ്നേഹിക്കണം."(നിയമാവർത്തനം 6 : 5)

✺

വചന വായനയ്ക്കായി

സങ്കീർത്തനം 100

പ്രാർത്ഥന

നല്ല ഈശോയെ, ബൈബിളിൽ ഉടനീളം ജീവിക്കുന്ന ദൈവത്തെ കാണുവാനും കൂടുതൽ അറിയുവാനും അവിടത്തെ കൂടുതൽ സ്നേഹിക്കുവാനും അതുവഴി അടിയുറച്ച വിശ്വാസത്തിൽ വളരുവാനും എന്നെ പഠിപ്പിക്കണമേ. പരിശുദ്ധാത്മാവേ, ബൈബിൾ വായനയിൽ സ്ഥിരതയുള്ളവൻ ആകുവാൻ എന്നെ അനുഗ്രഹിക്കേണമേ.

വിശുദ്ധനെ ഓർക്കാം

ബൈബിൾ പഠനത്തിന്റെ മധ്യസ്ഥനായ വിശുദ്ധ ജെറോമേ,വചനത്തിൽ ദൈവത്തെ കണ്ടെത്താനും അതുവഴി വിശ്വാസം വർദ്ധിക്കുവാനും ഉള്ള കൃപയ്ക്കായി മാധ്യസ്ഥം വഹിക്കേണമേ.

അനുദിന സമർപ്പണം

ഇന്നേദിവസം ഞാൻ ചെയ്യുന്ന എല്ലാ നന്മപ്രവർത്തികളും എന്റെ പ്രാർത്ഥനകളും വിശുദ്ധ ഗ്രന്ഥത്തിലൂടെ ദൈവത്തെ അറിയുവാൻ ഭാഗ്യം ലഭിക്കാത്ത ഏവർക്കും വേണ്ടി

സമർപ്പിക്കുന്നു.

നിർദ്ദേശം

ഇനിയും 'ദിവസേന അരമണിക്കൂർ' ഉള്ള ബൈബിൾ വായന തുടങ്ങിയിട്ടില്ല എങ്കിൽ ഇന്ന് തന്നെ തുടങ്ങണേ..

കുറിപ്പുകൾ

31

ദിവസം- 31 പരിശുദ്ധ അമ്മയും ഞാനും.

"സ്വർഗത്തിൽ വലിയ ഒരടയാളം കാണപ്പെട്ടു: സൂര്യനെ ഉടയാടയാക്കിയ ഒരു സ്ത്രീ. അവളുടെ പാദങ്ങൾക്കടിയിൽ ചന്ദ്രൻ. ശിരസ്സിൽ പന്ത്രണ്ടു നക്ഷത്രങ്ങൾ കൊണ്ടുള്ള കിരീടം."

വെളിപാട് 12 : 1

പരിശുദ്ധ കന്യകാമാതാവ് നിരവധി കാര്യങ്ങളിൽ നമ്മുടെ മധ്യസ്ഥ ആണ്. സ്വർഗ്ഗത്തിൽ ഈശോയോട് നമുക്ക് വേണ്ടി അപേക്ഷിക്കുകയും നമ്മുടെ അഭിഭാഷകയായി നമ്മുടെ സഹായം ആയിരിക്കുകയും ചെയ്യുന്ന സ്നേഹമയിയായ അമ്മയാണ് കന്യാമറിയം. ഈശോയെ സ്വന്തമായി സ്നേഹിക്കുന്ന നമുക്ക് അവിടുത്തെ അമ്മയെ സ്നേഹിക്കാതിരിക്കാൻ ആകുമോ? കുരിശിൻ ചുവട്ടിൽ 'ഇതാ നിന്റെ മകൻ' എന്ന് പറഞ്ഞ് നമ്മെ മാതാവിന് ഏല്പിച്ചു കൊടുത്തത് നിത്യജീവിതത്തിലേക്ക് നമ്മെ നയിക്കുവാൻ ഏറ്റവും വലിയ സഹായമായി അമ്മ നിലകൊള്ളുമെന്ന ഉറപ്പ് ഈശോയ്ക്ക് ഉള്ളതുകൊണ്ടാണ്. നമ്മുടെ

രോഗം,ദുരിതം,വിഷമങ്ങൾ എന്നിവയ്ക്കെല്ലാം അമ്മ ശക്തമായ മധ്യസ്ഥവും സഹായവും ആണ്. എന്നാൽ അവയെക്കാൾ ഉപരി അമ്മ നമ്മെ സഹായിക്കുന്നത് നമ്മുടെ വിശ്വാസജീവിതത്തിൽ ആണ്. വ്യക്തിപരമായി പറഞ്ഞാൽ എന്റെ ജീവിതത്തിൽ ആദ്യമൊക്കെ മാതാവിനെ ഞാൻ വലിയ കാര്യമായി എടുത്തിരുന്നില്ല. ശീലത്തിന്റെ ഭാഗമായി ജപമാല ചൊല്ലുക എന്നല്ലാതെ പ്രത്യേകിച്ചൊരു ഭക്തിയോ സ്നേഹമോ മാതാവിനോട് ഇല്ലായിരുന്നു.എന്നാൽ പ്രാർത്ഥനയിൽ പുറകോട്ടു പോകുമ്പോഴും വിശ്വാസം ക്ഷയിക്കുമ്പോഴും വേറെന്ത് മാർഗ്ഗം സ്വീകരിക്കുന്നതിനെക്കാളും പരിശുദ്ധ അമ്മയോട് ചേർന്ന് നിൽക്കുകയും പ്രാർത്ഥിക്കുകയും ചെയ്തപ്പോഴൊക്കെ തിരികെ വിശ്വാസത്തിൽ വരുവാൻ സാധിച്ചിരുന്നു. പിന്നീട് പ്രാർത്ഥിക്കുവാൻ മടുപ്പും വിരസതയും വിശ്വാസക്കുറവും തോന്നുമ്പോഴും പരിശുദ്ധ അമ്മയോട് പറഞ്ഞാൽ വേഗം ഈശോയോട് അടുക്കുവാൻ സഹായിക്കുന്നത് അനേകം തവണ അനുഭവിക്കാൻ കഴിഞ്ഞിട്ടുണ്ട്.

വിശ്വാസത്തിൽ സ്ഥിരപ്പെടാൻ അനുദിനം ചൊല്ലുന്ന മാതാവിനോടുള്ള ജപമാലയോളം ശക്തിയുള്ള മറ്റൊരു ആയുധവും ഇല്ല. നമ്മെ തെറ്റിക്കാൻ തക്കം പാർത്തിരിക്കുന്ന സാത്താനെ ഏറ്റവും ഭയപ്പെടുത്തുന്നത് തന്റെ നാശത്തിന് തുടക്കം കുറിച്ച 'നന്മ നിറഞ്ഞ മറിയമേ സ്വസ്തി, കർത്താവ് നിന്നോടുകൂടെ'എന്ന സ്വർഗ്ഗത്തിന്റെ അഭിവാദന വാക്യം തന്നെയാണ്. പിശാചിന്റെ തലയെ തകർത്ത പരിശുദ്ധ കന്യകമറിയം തന്നോട് ചേർന്ന് നിൽകുന്ന നമ്മെ എല്ലാവിധ പൈശാചികതകളിൽ നിന്നും കാത്തുകൊള്ളും.ഈശോയുടെ വചനം അനുസരിച്ചു ജീവിക്കുവാൻ നമ്മുടെ ആത്മാവിനോട് നിരന്തരം അമ്മ ഉപദേശിക്കുകയും ചെയ്യും ."അവന്റെ അമ്മ പരിചാരകരോടു പറഞ്ഞു: അവൻ നിങ്ങളോടു പറയുന്നതു

ചെയ്യുവിൻ ."(യോഹന്നാൻ 2 : 5)

വചന വായനയ്ക്കായി

ലൂക്കാ 1 :39-56

പ്രാർത്ഥന

"അമ്മേ എന്റെ അമ്മേ എന്റെ ഈശോയുടെ അമ്മേ
അമ്മേ എന്റെ അമ്മേ എനിക്ക് ഈശോ തന്നോരമ്മേ. "

വിശുദ്ധനെ ഓർക്കാം

സാത്താന്റെ   തലയെ   തകർത്ത   പരിശുദ്ധ   അമ്മേ
വിശ്വാസത്തിൽ ഉറച്ചുനിൽക്കുവാൻ നിരന്തരം എന്റെ കൂടെ
നിന്ന് എനിക്ക് സഹായം ആയിരിക്കണമേ.

അനുദിന സമർപ്പണം

ഇന്നേദിവസം ഞാൻ ചെയ്യുന്ന എല്ലാ നന്മപ്രവർത്തികളും
എന്റെ പ്രാർത്ഥനകളും പരിശുദ്ധ അമ്മയെ അവജ്ഞയോടെ
കാണുന്ന സഭാസമൂഹങ്ങൾക്ക് വേണ്ടി സമർപ്പിക്കുന്നു.

നിർദ്ദേശം

ദിവസവും പരിശുദ്ധ അമ്മയുടെ ജപമാല അർപ്പിക്കും എന്ന്
തീരുമാനിക്കുകയും   അത്   പ്രാവർത്തികമാക്കുവാൻ
ഉത്സാഹിക്കുകയും ചെയ്യുക.

കുറിപ്പുകൾ

32

ദിവസം-32 തിരുസഭയും ഞാനും.

"ഞാൻ നിന്നോടു പറയുന്നു: നീ പത്രോസാണ്; ഈ പാറമേൽ
എന്റെ സഭ ഞാൻ സ്ഥാപിക്കും. നരകകവാടങ്ങൾ
അതിനെതിരേ പ്രബലപ്പെടുകയില്ല."
മത്തായി 16 : 18

ഇന്നത്തെ കാലത്ത് തിരുസഭ എന്നത്തെക്കാളുമുപരി
കുറ്റപ്പെടുത്തപ്പെടുകയും തെറ്റിദ്ധരിക്കപ്പെടുകയും
ചെയ്തുകൊണ്ടിരിക്കുകയാണ്. വിശ്വാസികൾ എന്ന
നിലയിൽ ഈ വിഷയത്തിൽ നാം എന്താണ് ചെയ്യേണ്ടത്
എന്ന് ചിന്തിക്കുന്നത് ഉചിതമായിരിക്കും. തിരുസഭയിലെ
അംഗങ്ങളാണ് അഭിഷിക്തർ.പുരോഹിതന്മാരും
കന്യാസ്ത്രീകളും ദൈവത്തിന്റെ പ്രത്യേക അഭിഷേകവും
കൃപയും ലഭിച്ചവർ ആണെങ്കിലും അവരും പ്രലോഭനങ്ങൾ
നേരിടുന്നവർ ആണ്. അവരൊക്കെ അവരുടെ
കുടുംബങ്ങളിൽ നാം വളർന്നത് പോലെ
വളർന്ന്,സമൂഹത്തിൽ യേശുവിനെ പ്രഘോഷിക്കാൻ
നമ്മെപ്പോലെ തന്നെ വിളിക്കപ്പെട്ടവരാണ്. ആയതിനാൽ

തന്നെ 'മറ്റുള്ളവരെ വിധിക്കുന്ന അളവുകോൽ കൊണ്ട് നീയും വിധിക്കപ്പെടും' എന്ന് യേശു പറഞ്ഞത് അവരെ വിധിക്കുമ്പോഴും ബാധകമാണ്. ക്രിസ്ത്യാനി എന്ന നിലയിൽ നാമും അഭിഷിക്തരെപോലെ വിശുദ്ധ ഗ്രന്ഥത്തിലെ വചനങ്ങൾ അനുസരിച്ച് ജീവിക്കേണ്ടവർ തന്നെയാണ്. നാം അതിനുവേണ്ടി ശ്രമിക്കുകയെങ്കിലും ചെയ്യാറുണ്ടോ?.പുരോഹിതരെയും കന്യാസ്ത്രീകളെയും വിധിക്കുവാൻ നമുക്കെന്ത് അർഹതയാണുള്ളത്? ഈശോയോടുള്ള സ്നേഹത്തെപ്രതി മാതാപിതാക്കളെയും കുടുംബത്തെയും ഉപേക്ഷിച്ച് അവിടുത്തെ സേവിക്കാനിയിറങ്ങിയ സമർപ്പിതരെ ആക്ഷേപിക്കുമ്പോൾ അവരുടെ പ്രിയപ്പെട്ടവർ വേദനിക്കുന്നതിനെപ്പറ്റി നാം ചിന്തിയ്ക്കാറുണ്ടോ?സഭാംഗങ്ങൾക്ക് തെറ്റുപറ്റിയാലും തിരുസഭയ്ക്കും സഭാപ്രബോധനങ്ങൾക്കും തെറ്റില്ല. സഭയുടെ പ്രബോധനങ്ങളും പഠനങ്ങളും മനുഷ്യനിർമ്മിതമല്ല. അവ പൂർണമായും പരിശുദ്ധാത്മാവിന്റെ നേരിട്ടുള്ള പ്രവർത്തനഫലമായാണ് രൂപപ്പെട്ടിട്ടുള്ളത്.അതുകൊണ്ടുതന്നെ തിരുസഭയെ കുറ്റം വിധിക്കുവാനോ ചോദ്യം ചെയ്യുവാനോ ഒരു ക്രിസ്ത്യാനിക്ക് കഴിയില്ല.

"നമ്മുടെ കർത്താവായ യേശുക്രിസ്തുവിന്റെ മഹത്വം നിങ്ങൾക്കു ലഭിക്കുന്നതിനുവേണ്ടി ഞങ്ങളുടെ സുവിശേഷത്തിലൂടെ അവിടുന്നു നിങ്ങളെ വിളിച്ചു.അതിനാൽ , സഹോദരരേ, ഞങ്ങൾ വചനം മുഖേനയോ കത്തുമുഖേനയോ നിങ്ങളെ പഠിപ്പിച്ചിട്ടുള്ള പാരമ്പര്യങ്ങളെ മുറുകെപ്പിടിക്കുകയും അവയിൽ ഉറച്ചുനിൽക്കുകയും ചെയ്യുവിൻ."(2 തെസലോനിക്ക 2 : 14-15)

ॐ

വചന വായനയ്ക്കായി

അപ്പ. പ്രവർത്തനങ്ങൾ- 2

പ്രാർത്ഥന

നല്ല ഈശോയെ, സമൂഹമാധ്യമങ്ങളിൽ ഒക്കെയും അങ്ങയുടെ തിരുസഭ നിന്ദക്കും അവഹേളനത്തിനും പാത്രമാകുന്നത് കാണുമ്പോൾ ഞാൻ വേദനിക്കുന്നുണ്ട്. അപ്പോൾ അങ്ങയുടെ വേദന എത്രയോ വലുതായിരിക്കും.പരിശുദ്ധാത്മാവേ, തിരുസഭയെ ക്രൂശിക്കുന്നതിന് കൂട്ടുനിൽക്കാൻ എന്നെ അനുവദിക്കരുതെ. തിരുസഭയെ സ്നേഹിക്കുവാനും സഭയോട് ചേർന്ന് നിൽക്കുവാനും എന്നെ അനുഗ്രഹിക്കേണമേ.

വിശുദ്ധനെ ഓർക്കാം

വിശുദ്ധ പത്രോസേ,അങ്ങാകുന്ന പാറമേൽ ഈശോ സഭയെ പണിതുയർത്തിയല്ലോ,സഭയോടുള്ള വിശ്വാസം നഷ്ടപ്പെടുന്ന അവസരങ്ങൾ ഉണ്ടാകുമ്പോൾ ക്രിസ്തുവിൽ സ്ഥിരതയോടെ വിശ്വാസത്തിൽ നിലനിൽക്കുവാൻ വേണ്ട കൃപയ്ക്കായി മാധ്യസ്ഥം വഹിക്കേണമേ.

അനുദിന സമർപ്പണം

ഇന്നേദിവസം ഞാൻ ചെയ്യുന്ന എല്ലാ നന്മപ്രവർത്തികളും എന്റെ പ്രാർത്ഥനകളും തിരുസഭയെ നിന്ദിക്കുകയും വിധിക്കുകയും ചെയ്യുന്ന എല്ലാവരുടെയും മാനസാന്തരത്തിന് വേണ്ടി സമർപ്പിക്കുന്നു.

നിർദ്ദേശം

ഇന്നുമുതൽ തിരുസഭയെ വേദനിപ്പിക്കുന്ന ഒന്നും ചെയ്യാതിരിക്കാനും അത്തരത്തിലുള്ള പോസ്റ്റുകളും ഫോർവേഡ്കളും മറ്റും അവഗണിക്കുവാനും തീരുമാനിക്കുന്നത് ഉചിതമായിരിക്കും.

കുറിപ്പുകള്‍

33

ദിവസം-33 നമ്മുടെ നോട്ടം എവിടെയാണ്?

"നിന്റെ ദൈവമായ കർത്താവിനെ പൂർണഹൃദയത്തോടും പൂർണാത്മാവോടുംകൂടെ സ്നേഹിക്കുന്നതിനും അങ്ങനെ നീ ജീവിച്ചിരിക്കേണ്ടതിനും വേണ്ടി അവിടുന്നു നിന്റെയും നിന്റെ മക്കളുടെയും ഹൃദയകവാടം തുറക്കും."
നിയമാവർത്തനം 30 : 6.

ദിവസവും നാം നമ്മോടു തന്നെ ചോദിക്കേണ്ട ഒരു ചോദ്യമുണ്ട്.എന്തിനു വേണ്ടിയാണ് നാം ഈശോയോട് അടുക്കുവാൻ ശ്രമിക്കുന്നത്? ആത്മീയ മനുഷ്യൻ ആകുവാൻ ഞാൻ കൂടുതൽ പരിശ്രമിക്കുന്നത് എന്തിനുവേണ്ടിയാണ്? നമുക്ക് ഏറെ വിലയുള്ള മറ്റേത് ബന്ധത്തെയും പോലെ തന്നെയാണോ ഈശോയോടുള്ള നമ്മുടെ ബന്ധവും. നമുക്ക് ഏറ്റവും പ്രിയമുള്ള വ്യക്തിയെ ഓർക്കാം.നമുക്ക് ഏറ്റവും പ്രിയപ്പെട്ട ആ വ്യക്തിയെ നാം സ്നേഹിക്കുന്നത് എന്തിനു വേണ്ടിയാണ്?അയാൾ തരുന്ന സുരക്ഷിതത്വത്തിന് വേണ്ടി ആണോ,സമ്പത്തിന് വേണ്ടി ആണോ,സുഖത്തിന് വേണ്ടി ആണോ,കൂട്ടിന് വേണ്ടി ആണോ...

എന്തിനുവേണ്ടിയാണ്? യഥാർത്ഥ സ്നേഹമാണെങ്കിൽ നമ്മൾ പറയുക ഇതിനൊന്നും വേണ്ടിയല്ല, ഒന്നും ലഭിക്കാൻ വേണ്ടിയല്ല ആ വ്യക്തിയെ സ്നേഹിക്കുന്നത് എന്നാവും. അങ്ങനെയെങ്കിൽ ഈശോയോടുള്ള നമ്മുടെ വ്യക്തിബന്ധം എങ്ങനെയാണ്? എന്തിനുവേണ്ടിയാണ്? സൗഖ്യത്തിന് ആണോ, മെച്ചപ്പെട്ട ജീവിത സാഹചര്യങ്ങൾക്ക് വേണ്ടിയാണോ, ദുഃഖങ്ങളിൽ ആശ്വാസവും ഒറ്റപ്പെടലിൽ കൂട്ടിനും വേണ്ടി മാത്രമാണോ നാം ഈശോയെ സ്നേഹിക്കുവാൻ ശ്രമിക്കുന്നത്. ഈശോയെ നാം അറിഞ്ഞുതുടങ്ങിയതും സ്നേഹിക്കാൻ തുടങ്ങിയതും ഒരുപക്ഷേ ഇതു പോലുള്ള കാരണങ്ങൾ കൊണ്ടാകാം. എന്നാൽ ആത്മീയതയിൽ വളരുന്തോറും ഈശോയെ സ്നേഹിക്കുന്നതിന് നമുക്ക് കാരണങ്ങൾ ഉണ്ടാകുവാൻ പാടില്ല. ഒരാവശ്യവും അവിടുത്തെ സ്നേഹിക്കുന്നതിന് ഒരു കാരണം ആകുവാനും പാടില്ല.

അങ്ങനെ ആകുമ്പോൾ സൗഖ്യം ലഭിച്ചില്ലെങ്കിലും അത്ഭുതങ്ങൾ ഉണ്ടായില്ലെങ്കിലും ഈശോയോട് ചേർന്ന് നിൽക്കുവാൻ നമുക്ക് കഴിയും. ഈശോയും അതുതന്നെയല്ലേ ആഗ്രഹിക്കുന്നത്. നമുക്ക് ഏറ്റവും പ്രിയമുള്ള ആ വ്യക്തി നമ്മെ സ്നേഹിക്കുന്നത് എന്തെങ്കിലും കാരണം കൊണ്ടാണെന്ന് മനസ്സിലാക്കുന്നത് നമുക്ക് എത്ര വിഷമകരമാണ്. ഈശോയെ നമുക്ക് വിഷമിപ്പിക്കാതിരിക്കാം. ഉപാധികളില്ലാതെ ഈശോയെ സ്നേഹിക്കുവാൻ ശ്രമിക്കാം. ഈശോ തരുന്ന അനുഗ്രഹങ്ങളിൽ നോട്ടം വയ്ക്കാതെ അവിടുത്തെ ഹൃദയത്തിൽ നോട്ടം പതിപ്പിക്കുവാൻ നമുക്ക് കഴിയട്ടെ.

ഒ

വചന വായനയ്ക്കായി

സങ്കീർത്തനം 139

പ്രാർത്ഥന

പരിശുദ്ധാത്മാവേ,അങ്ങയെ ഉപാധികളില്ലാതെ സ്നേഹിക്കുവാനും ഈ ലോകത്തിലുള്ള നോട്ടം മാറ്റി ആത്മാവിൽ നോട്ടം വയ്ക്കാനും എന്നെ സഹായിക്കേണമേ. ഈശോയെ, അങ്ങുമായി ആഴമായ ഒരു ആത്മബന്ധം സ്ഥാപിക്കുന്നതിന് പരിശ്രമിക്കാൻ എന്നെ സഹായിക്കേണമേ. അതുവഴി ചിന്തകളിലും വാക്കുകളിലും അങ്ങയോടുള്ള സ്നേഹം പ്രതിഫലിപ്പിക്കുവാൻ എനിക്ക് കഴിയട്ടെ.

വിശുദ്ധനെ ഓർക്കാം

എന്റെ ആത്മാവ് കർത്താവിൽ ആനന്ദിക്കുന്നു എന്ന് പറഞ്ഞ പരിശുദ്ധ മാതാവേ ഈശോയിൽ ആനന്ദിക്കുന്നത് എങ്ങനെയെന്ന് എന്നെ പഠിപ്പിക്കണമേ.

അനുദിന സമർപ്പണം

ഇന്നേദിവസം ഞാൻ ചെയ്യുന്ന എല്ലാ നന്മപ്രവർത്തികളും എന്റെ പ്രാർത്ഥനകളും ലോകത്തിലെ സൗഭാഗ്യങ്ങൾക്കുവേണ്ടി മാത്രം ദൈവത്തെ ആശ്രയിക്കുന്ന ഏവരും മനസുതിരിയുവാൻ വേണ്ടി സമർപ്പിക്കുന്നു.

നിര്‍ദ്ദേശം

ഈശോയോടടുക്കുന്നതിന് നാം നല്‍കുന്ന കാരണം എന്താണെന്ന് അല്‍പനേരം ചിന്തിച്ചു നമ്മുടെ നോട്ടം ഈശോയുടെ ഹൃദയത്തില്‍ തന്നെയാകുമെന്ന് ഉറപ്പിക്കാം.

കുറിപ്പുകൾ

34

ദിവസം -34
ഈശോയെ,നീ എവിടെയാണ്ണുള്ളത്?

"സിംഹാസനത്തിൽ നിന്നു വലിയൊരു സ്വരം ഞാൻ കേട്ടു:
ഇതാ, ദൈവത്തിന്റെ കൂടാരം മനുഷ്യരോടുകൂടെ. അവിടുന്ന്
അവരോടൊത്തു വസിക്കും. അവർ അവിടുത്തെ
ജനമായിരിക്കും. അവിടുന്ന് അവരോടുകൂടെ
ആയിരിക്കുകയും ചെയ്യും."

വെളിപാട് 21 : 3

"എന്റെ ഉള്ളിൽ ഈശോ
നിന്റെ ഉള്ളിൽ ഈശോ
ഇടത്തുണ്ട് ഈശോ
വലത്തുണ്ട് ഈശോ
മുൻപിലുണ്ട് പിൻപിലുണ്ട് മേലെയുണ്ട് താഴെയുണ്ട്
ആരിലും എവിടെയും യേശുവുണ്ട് "
കുട്ടിയായിരിക്കുമ്പോൾ ഈ പാട്ട് ആക്ഷൻസോങ് ആയി
പഠിച്ചത് ഓർക്കുന്നുണ്ടോ?

നമ്മുടെ ഉള്ളിൽ ഈശോ ഉണ്ടോ എന്ന് നമുക്ക് എപ്പോഴും സംശയമാണ് അല്ലേ? വിശുദ്ധകുർബാന സ്വീകരിച്ച നമ്മുടെ ഉള്ളിൽ ഈശോ വസിക്കുന്നുണ്ടെന്ന് നാം വിശ്വസിക്കുന്നുണ്ടെങ്കിലും അത് പൂർണമായി, അന്ധമായി അനുഭവിക്കുവാൻ നമുക്ക് കഴിയാറില്ല.. ആ സംശയം മാറ്റുവാൻ നമ്മുടെ ഉള്ളിലേക്ക് തന്നെ നമുക്ക് ഒന്ന് നോക്കാം. അന്വേഷിച്ചാൽ കണ്ടെത്തുമെന്ന് ഈശോ പറഞ്ഞത് അവനെത്തന്നെ അന്വേഷിക്കുവാൻ ആണ്. എവിടെയൊക്കെ തേടി നടന്നാലും ഈശ്വരനെ കണ്ടെത്തുവാൻ നമ്മിലേക്ക് തന്നെ നോക്കണം എന്നത് സത്യമാണ്.

ഈശോ എന്റെ ഉള്ളിൽ ഉണ്ട് എന്നതിനേക്കാളും, ഞാൻ ഈശോയ്ക്ക് ഉള്ളിലാണ് എന്ന് മനസ്സിലാക്കുന്നത് എത്ര ആശ്വാസദായകം ആണ്.ഈ പ്രപഞ്ചം മുഴുവൻ സ്രഷ്ടാവായ ദൈവപിതാവിന്റെ ശ്വാസവും സാന്നിധ്യവും കൊണ്ട് നിറഞ്ഞിരിക്കുന്നു.മത്സ്യം താനായിരിക്കുന്നതും തന്റെ ഉള്ളിലായിരിക്കുന്നതുമായ ജലത്തെ വേറൊരു വസ്തുവായി കരുതാതിരിക്കുന്നതുപോലെ നമ്മുടെ ഉള്ളിലും നമ്മുടെ ചുറ്റിലുമുള്ള ദൈവത്തെ നമ്മിൽ നിന്നും വേർതിരിച്ചു കാണാതിരിക്കാം.ഒരു അമ്മ ഗർഭത്തിൽ തന്റെ കുഞ്ഞിനെ വഹിക്കുന്നത് പോലെ ഈശോ നിന്നെ ഉള്ളിൽ വഹിക്കുന്നു. തന്റെ തിരുരക്തവും തിരുശരീരവും നൽകി നിന്നെ ഓജസ്സുറ്റതാക്കുന്നു.തന്റെ ശരീരത്തിന്റെ(പരി. കുർബാന)സംരക്ഷണം നൽകി എല്ലാ തിന്മകളിൽ നിന്നും അപകടത്തിൽ നിന്നും ഈശോ നിന്നെ കാത്തു കൊള്ളുന്നു. ഗർഭത്തിൽ ആയിരിക്കുന്ന കുഞ്ഞ് ഈ ലോകത്തിൽ ഏറ്റവും സുരക്ഷിതനും സന്തോഷവാനും ആയിരിക്കുന്നതുപോലെ നീയും സന്തോഷിക്കുക, ആശ്വസിക്കുക. ഗർഭകാലം കഴിഞ്ഞ് നിത്യജീവിതത്തിലേക്ക് നീ പ്രവേശിക്കുമ്പോൾ സ്വർഗീയ പിതാവിനോടും മാലാഖമാരോടും വിശുദ്ധരോടും ഒപ്പം

സ്വർഗ്ഗീയ കുടുംബത്തിൽ നിനക്ക് നിത്യം ജീവിക്കാം."ഇത് അവർ ദൈവത്തെ അന്വേഷിക്കുന്നതിനും ഒരുപക്ഷേ, അനുഭവത്തിലൂടെ അവിടുത്തെ കണ്ടെത്തുന്നതിനും വേണ്ടിയാണ്. എങ്കിലും, അവിടുന്ന് നമ്മിലാരിലും നിന്ന് അകലെയല്ല.എന്തെന്നാൽ,അവിടുന്നിൽ നാം ജീവിക്കുന്നു; ചരിക്കുന്നു; നിലനിൽക്കുന്നു."(അപ്പ. പ്രവർത്തനങ്ങൾ 17 : 27-28)

ഌ

വചന വായനയ്ക്കായ്

സങ്കീർത്തനം 8

പ്രാർത്ഥന

സ്നേഹപിതാവേ അങ്ങയുടെ സാന്നിധ്യത്തിലാണ് ഞാൻ അനുദിനം ജീവിക്കുന്നതെന്ന ബോധ്യത്തിൽ മുന്നോട്ടുപോകുവാൻ എന്നെ അനുഗ്രഹിക്കേണമേ.

"അങ്ങയുടെ സന്നിധിയിൽ നിന്ന് എന്നെ തള്ളിക്കളയരുതേ! അങ്ങയുടെ പരിശുദ്ധാത്മാവിനെ എന്നിൽ നിന്ന് എടുത്തുകളയരുതേ!അങ്ങയുടെ രക്ഷയുടെ സന്തോഷം എനിക്കു വീണ്ടും തരണമേ! ഒരുക്കമുള്ള ഹൃദയം നൽകി എന്നെ താങ്ങണമേ!"(സങ്കീർത്തനങ്ങൾ 51 : 11-12)

വിശുദ്ധനെ ഓർക്കാം

ചുറ്റുമുള്ള മനുഷ്യരിൽ നിന്നകന്ന് ദൈവത്തിലായിരിക്കാനുള്ള തീവ്രമായ ആഗ്രഹത്തിൽ 33 വർഷം ഒരു തൂണിനുമുകളിൽ ജീവിച്ച വിശുദ്ധ ഡാനിയേലെ, അനുദിനം

ഈശോയ്ക്കുള്ളിലായിരിക്കാനുള്ള ആഗ്രഹം വളർത്താൻ എനിക്കായി മാധ്യസ്ഥം വഹിക്കേണമേ.

അനുദിന സമർപ്പണം

ഇന്നേദിവസം ഞാൻ ചെയ്യുന്ന എല്ലാ നന്മപ്രവർത്തികളും എന്റെ പ്രാർത്ഥനകളും ഉള്ളിലുള്ള ദൈവത്തെ തിരിച്ചറിയാതെ തെറ്റായ രീതിയിൽ ദൈവത്തെ തേടുന്ന ഏവർക്കും വേണ്ടി സമർപ്പിക്കുന്നു.

നിർദേശം

നിങ്ങൾ ഈശോയുടെ ഉള്ളിലായിരിക്കുന്നതായി ധ്യാനയിച്ച് 5 -10 മിനിറ്റ് ആ അനുഭവത്തിൽ ആയിരിക്കാം. വിഷമനേരങ്ങളിലും ഇത് ചെയ്യുന്നത് ശാന്തത ലഭിക്കാൻ വളരെ നല്ലതാണ്.നമ്മുടെ ചുറ്റുമുള്ള ഈശോയുടെ സാന്നിധ്യം അനുഭവിച്ച് ജീവിക്കാൻ ശ്രമിക്കാം.

കുറിപ്പുകൾ

35

ദിവസം-35 ദൈവത്തെ കുറ്റം പറയാൻ പാടുണ്ടോ?

"സ്വന്തം ഭോഷത്തമാണ് നാശത്തിലെത്തിക്കുന്നത്; എന്നിട്ടും ഹൃദയം കർത്താവിനെതിരേ കോപംകൊണ്ടു ജ്വലിക്കുന്നു."
സുഭാഷിതങ്ങൾ 19 : 3

ജീവിതത്തിൽ ഒരു വേദന വരുമ്പോൾ അന്നുവരെയും ദൈവം ചെയ്ത എല്ലാ നന്മകളെയും മറന്ന് അവിടുത്തെ പഴി പറയുകയും അവിടുത്തേക്ക് എതിരെ പരാതി പറയുകയും ചെയ്യുന്നവരാണ് നമ്മളിൽ പലരും. ചെങ്കടലും മരുഭൂമിയും കടന്ന ഇസ്രയേൽ ജനത്തെ ഊണിലും ഉറക്കത്തിലും ശ്രദ്ധിച്ച്,അവരെ വഴി നടത്തിയ പിതാവ്,പിന്നീട് തനിക്കെതിരെ തിരിഞ്ഞ ജനത്തോട് സങ്കടത്തോടെ സംസാരിക്കുന്നുണ്ട്.നമുക്കുണ്ടാകുന്ന വേദനകളും പരീക്ഷകളും എപ്പോഴും ദൈവം തരുന്നതാണ് എന്നാണ് നാം കരുതുന്നത്."പരീക്ഷിക്കപ്പെടുമ്പോൾ , താൻ ദൈവത്താലാണ് പരീക്ഷിക്കപ്പെടുന്നത് എന്ന് ഒരുവനും

പറയാതിരിക്കട്ടെ. എന്തെന്നാൽ, ദൈവം തിന്മയാൽ പരീക്ഷിക്കപ്പെടുന്നില്ല, അവിടുന്ന് ആരെയും പരീക്ഷിക്കുന്നുമില്ല. ഓരോരുത്തരും പരീക്ഷിക്കപ്പെടുന്നതു സ്വന്തം ദുർമോഹങ്ങളാൽ വശീകരിക്കപ്പെട്ടു കുടുക്കിലാകുമ്പോഴാണ്. ദുർമോഹം ഗർഭം ധരിച്ചു പാപത്തെ പ്രസവിക്കുന്നു. പാപം പൂർണ വളർച്ചപ്രാപിക്കുമ്പോൾ മരണത്തെ ജനിപ്പിക്കുന്നു."(യാക്കോബ് 1 : 13-15)

നാം ഏറെ കരുതുകയും സഹായിക്കുകയും സ്നേഹിക്കുകയും ചെയ്ത ഒരു വ്യക്തി നാം ചെയ്ത ഒരു തെറ്റിന്റെ പേരിൽ അതുവരെ നാം ചെയ്ത നന്മയൊക്കെ മറക്കുന്നത് എത്ര ഹൃദയഭേദകമാണ്. അപ്പോൾ കാരുണ്യവാനും, സർവ്വതും നന്മയ്ക്കായി പരിണമിപ്പിക്കുന്നവനും, നമ്മെ വ്യവസ്ഥകൾ ഇല്ലാതെ സ്നേഹിക്കുകയും ചെയ്യുന്ന നമ്മുടെ പൊന്നേശുവിനെ നമുക്കുണ്ടായ ഒരു ദുഃഖത്തിന്റെ പേരിൽ കുറ്റം പറയുന്നത് അവിടുത്തേക്ക് എത്രത്തോളം വേദനാജനകമായിരിക്കും. നമുക്ക് നഗ്നനേത്രങ്ങൾ കൊണ്ട് കാണുവാൻ സാധിക്കുന്ന അവസ്ഥയിലാണ് ഈശോ നമ്മുടെ അടുത്ത് ഇപ്പോൾ ഉള്ളതെങ്കിൽ നമ്മുടെ അവജ്ഞയും കുറ്റപ്പെടുത്തലുകളും കേട്ട് നിരന്തരം സങ്കടപ്പെടുകയും നെടുവീർപ്പിടുകയും ചെയ്യുന്ന ഈശോയെ ആയിരിക്കും നമുക്ക് കാണേണ്ടി വരിക. പലപ്പോഴും നമ്മുടെ തിന്മ നിറഞ്ഞ ജീവിതരീതികൾ കാരണം രൂപപ്പെടുന്ന കാർമേഘങ്ങൾ മഴ പെയ്യിക്കുമ്പോൾ അതിനെ പ്രതി ദൈവത്തെ പഴി പറയുന്നത് എന്തിനാണ്? അനുദിനം അവിടുന്ന് ഇതുവരെയും ചെയ്ത നന്മകൾ ഓർത്തു നമുക്ക് നന്ദി പറയാം.

"സാഷ്ടാംഗം വീണു നമസ്കരിച്ചു, അവൻ പറഞ്ഞു: അമ്മയുടെ ഉദരത്തിൽ നിന്ന് നഗ്നനായി ഞാൻ വന്നു. നഗ്നനായിത്തന്നെ ഞാൻ പിൻവാങ്ങും. കർത്താവ് തന്നു;

കർത്താവ് എടുത്തു, കർത്താവിന്റെ നാമം മഹത്വപ്പെടട്ടെ!"
ഇതുകൊണ്ടൊന്നും ജോബ് പാപംചെയ്യുകയോ ദൈവത്തെ
പഴിക്കുകയോചെയ്തില്ല.(ജോബ് 1 : 21-22)

෨

വചന വായനയ്ക്കായി

സങ്കീർത്തനം 144

പ്രാർത്ഥന

ദൈവമേ അങ്ങേക്കെതിരെ പിറുപിറുത്ത എല്ലാ
നിമിഷങ്ങളെയും ഓർത്ത് ഞാൻ
പശ്ചാത്തപിക്കുന്നു.പരിശുദ്ധാത്മാവേ, ദുരിതങ്ങളിൽ
ദൈവത്തെ കുറ്റപ്പെടുത്തുകയും നിരന്തരം പരാതി
പറയുകയും ചെയ്യുന്ന അവസരങ്ങളിൽ എന്റെ നാവിനെയും
മനസ്സിനെയും അടക്കാനുള്ള കൃപ
തരേണമേ.അവിടുത്തേക്കുള്ള നന്ദിയാൽ എന്റെ ഹൃദയം
എന്നും നിറയ്ക്കേണമേ.

വിശുദ്ധനെ ഓർക്കാം

വിശുദ്ധ ഫ്രാൻസിസ് അസീസിയെ എനിക്ക് വേണ്ടി
പ്രാർത്ഥിക്കണമേ.

"കർത്താവേ, എന്നെ അങ്ങയുടെ സമാധാനത്തിന്റെ ഒരു
ഉപകരണമാക്കണമേ. വിദ്വേഷമുള്ളിടത്ത്
ക്ഷമയും,സന്ദേഹമുള്ളിടത്ത് വിശ്വാസവും,
നിരാശയുള്ളിടത്ത് പ്രത്യാശയും, അന്ധകാരമുള്ളിടത്ത്
പ്രകാശവും,സന്താപമുള്ളിടത്ത് സന്തോഷവും ഞാൻ

വിതയ്ക്കട്ടെ. ഓ!   ദിവ്യനാഥാ
ആശ്വസിപ്പിക്കപ്പെടുന്നതിനേക്കാള്‍
ആശ്വസിപ്പിക്കുന്നതിനും, മനസ്സില്ലാക്കപ്പെടുന്നതിനേക്കാള്‍
മനസ്സിലാക്കുവാനും, സ്നേഹിക്കപ്പെടുന്നതിനെക്കാള്‍
സ്നേഹിക്കുന്നതിനും എനിക്ക് ഇടയാക്കണമേ. എന്തെന്നാല്‍
കൊടുക്കുമ്പോഴാണ്   ഞങ്ങള്‍ക്ക്   ലഭിക്കുന്നത്.
ക്ഷമിക്കുമ്പോഴാണ്   ഞങ്ങള്‍   ക്ഷമിക്കപ്പെടുന്നത്.
മരിക്കുമ്പോഴാണ്   ഞങ്ങള്‍   നിത്യജീവിതത്തിലേക്കു
ജനിക്കുന്നത്. ആമ്മേന്‍"(വി. ഫ്രാന്‍സിസ് അസ്സിസിയുടെ
സമാധാന പ്രാര്‍ത്ഥന)

അനുദിന സമര്‍പ്പണം

ഇന്നേദിവസം ഞാന്‍ ചെയ്യുന്ന എല്ലാ നന്മപ്രവര്‍ത്തികളും
എന്റെ പ്രാര്‍ത്ഥനകളും എല്ലാത്തിനും ദൈവത്തെ കൂറ്റം
പറഞ്ഞ് ജീവിക്കുന്ന ഏവര്‍ക്കും വേണ്ടി സമര്‍പ്പിക്കുന്നു.

നിര്‍ദ്ദേശം

ദിവസവും   രാത്രിയില്‍   ഉറങ്ങുന്നതിനുമുമ്പ്   അന്ന്
വരെയും, പ്രത്യേകിച്ച് അന്നേദിവസം ഈശോ തന്ന നന്മകളെ
ഓര്‍ത്ത് അവിടുത്തേക്ക് നന്ദി പറയാം.

൭

കുറിപ്പുകൾ

36

ദിവസം- 36 നിന്നെ ആശ്വസിപ്പിക്കുന്ന ദൈവം.

"ദൈവമായ കർത്താവ് എന്നെ സഹായിക്കുന്നതിനാൽ ഞാൻ പതറുകയില്ല. ഞാൻ എന്റെ മുഖം ശിലാതുല്യമാക്കി. എനിക്കു ലജ്ജിക്കേണ്ടിവരുകയില്ലെന്നു ഞാനറിയുന്നു."

ഏശയ്യാ 50 : 7

പഴയനിയമത്തിൽ, ശിക്ഷിക്കുന്ന ഒരു ദൈവത്തെയാണ് നാം കൂടുതലായി മനസ്സിലാക്കിയിട്ടുണ്ടാവുക.എന്നാൽ, തന്റെ ജനത്തെ നിരന്തരം ആശ്വസിപ്പിക്കുന്ന കരുണയുള്ള ഒരു അപ്പനെയാണ് പഴയനിയമം നമുക്ക് കാണിച്ചുതരുന്നത്. ഏശയ്യായുടെ പുസ്തകത്തിൽ പലയിടങ്ങളിലായി സ്വന്തംജനത്തെ ആശ്വസിപ്പിക്കുന്ന പിതാവിനെ കാണാം."ആകാശമേ, ആനന്ദഗാനമാലപിക്കുക; ഭൂമിയേ, ആർത്തുവിളിക്കുക; മലകളേ, ആർത്തുപാടുക; കർത്താവ് തന്റെ ജനത്തെ ആശ്വസിപ്പിച്ചിരിക്കുന്നു. ദുരിതമനുഭവിക്കുന്ന തന്റെ ജനത്തോട് അവിടുന്ന് കരുണ

കാണിക്കും."(ഏശയ്യാ 49 : 13)

നാം ഇപ്പോൾ നേരിടുന്നത് എന്ത് പ്രശ്നവും ആയിക്കൊള്ളട്ടെ,അനുഭവിക്കുന്നത് ഏതുവിധേനയും ഉള്ള സങ്കടവും ആയിക്കൊള്ളട്ടെ നമ്മുടെ ഏറ്റവും പ്രിയപ്പെട്ട വ്യക്തിക്ക് പോലും നൽകുവാൻ കഴിയാത്ത രീതിയിൽ ആശ്വാസം നൽകുവാൻ കഴിയുന്നവനാണ് നമ്മുടെ ദൈവം. പ്രശ്നങ്ങളിൽ വലയുമ്പോൾ അൽപം ആശ്വാസം കിട്ടുവാനായി, സാന്ത്വനം ലഭിക്കുവാനായി തെറ്റായ വ്യക്തികളെയും ദുസ്വഭാവങ്ങളെയും നാം ജീവിതത്തിൽ കൂട്ടു പിടിച്ചിട്ടില്ലേ.എന്നാൽ നിന്നോട് പോരാടുന്ന അവരോട് ഞാൻ പോരാടും എന്ന് പറഞ്ഞു കൂടെ നിൽക്കുന്ന ഒരു അപ്പൻ നമുക്കുണ്ട്. "കർത്താവ് അരുളിച്ചെയ്യുന്നു: എന്തെന്നാൽ നിന്നോടു പോരാടുന്നവരോട് ഞാൻ പോരാടുകയും നിന്റെ മക്കളെ രക്ഷിക്കുകയും ചെയ്യും."(ഏശയ്യാ 49 : 25)

നമ്മെ പൂർണ്ണമായി മനസ്സിലാക്കുവാൻ ലോകത്തിലെ ഒരു മനുഷ്യനും സാധിക്കില്ല. എന്നാൽ നമ്മുടെ ശിരസ്സിനു മുകളിൽ നിത്യം നിലനിന്ന് നമ്മെ സംരക്ഷിക്കുന്ന പിതാവിന് അത് കഴിയും."ഞാൻ തന്നെ നിന്നെ ആശ്വസിപ്പിക്കുന്നവൻ.മരണമുള്ള മനുഷ്യനെയും തൃണസദൃശനായ മനുഷ്യസന്തതിയെയും നീ എന്തിനു ഭയപ്പെടണം?"(ഏശയ്യാ 51 : 12)

തമാശയ്ക്ക് ആയിട്ടെങ്കിലും നമ്മുടെ പ്രിയപ്പെട്ടവരോട് നാം പറഞ്ഞിട്ടില്ലേ,"എനിക്ക് ചോദിക്കാനും പറയാനും ആരും ഇല്ലാത്തത് കൊണ്ടല്ലേ എന്നോട് ഇങ്ങനെ പെരുമാറുന്നത്" എന്ന് . എന്നാൽ സത്യം അങ്ങനെയല്ല. നിന്നെ ആരെങ്കിലും അകാരണമായി വിഷമിപ്പിച്ചാൽ ചോദിക്കുവാൻ ഒരു അപ്പനുണ്ട് നിനക്ക്."ന്യായമറിയുന്നവരും, എന്റെ നിയമം ഹൃദയത്തിൽ സൂക്ഷിക്കുന്നവരുമായ ജനമേ, എന്റെ വാക്കു കേൾക്കുവിൻ. മനുഷ്യരുടെ നിന്ദനത്തെ ഭയപ്പെടുകയോ

ശകാരങ്ങളില്‍ സംഭ്രമിക്കുകയോ വേണ്ടാ."(ഏശയ്യാ 51 : 7)

വചന വായനയ്ക്കായി

ഏശയ്യ 50:4-11

പ്രാര്‍ത്ഥന

സ്നേഹമുള്ള പിതാവേ,എന്റെ ഈ സങ്കടത്തില്‍ ആശ്വാസത്തിനായി ഞാന്‍ അങ്ങയുടെ പക്കല്‍ ഇതാ അണയുന്നു.എന്നെയും എന്റെ പ്രശ്നങ്ങളെയും പൂര്‍ണമായും അങ്ങേയ്ക്ക് വിട്ടുതരുന്നു.എന്റെ ആത്മാവിനെ ആശ്വസിപ്പിക്കണമേ.

വിശുദ്ധനെ ഓര്‍ക്കാം

മനുഷ്യര്‍ തന്ന നിന്ദനങ്ങള്‍ ദിവസവും വിശുദ്ധ കുര്‍ബാനയില്‍ സമര്‍പ്പിച്ച് ആശ്വാസം കണ്ടെത്തിയ വിശുദ്ധ മദര്‍ തെരേസയെ,ആശ്വാസത്തിനായി വേറൊരിടത്തും അലയാതെ ദൈവത്തില്‍ അഭയം കണ്ടെത്തുവാനുള്ള കൃപയ്ക്കായി എനിക്കുവേണ്ടി മാധ്യസ്ഥം വഹിക്കേണമേ.

അനുദിന സമര്‍പ്പണം

ഇന്നേദിവസം ഞാന്‍ ചെയ്യുന്ന എല്ലാ നന്മപ്രവര്‍ത്തികളും എന്റെ പ്രാര്‍ത്ഥനകളും, ഉള്ളിലുള്ള ആശ്വാസദായകമായ ദൈവസാന്നിധ്യത്തെ അറിയാത്ത എല്ലാവര്‍ക്കും വേണ്ടി സമര്‍പ്പിക്കുന്നു.

നിർദേശം

അൽപനേരം ദൈവപിതാവിനോടൊപ്പം ആയിരുന്ന് നമ്മുടെ ഹൃദയവേദനകളും ആകുലതകളും അവിടുത്തോട് പങ്കുവയ്ക്കാം.

കുറിപ്പുകള്‍

37

ദിവസം- 37 നമ്മുടെ ഉള്ളിലെ പരിശുദ്ധാത്മാവ്

"എന്നാൽ, പരിശുദ്ധാത്മാവു നിങ്ങളുടെമേൽ
വന്നുകഴിയുമ്പോൾ നിങ്ങൾ ശക്തിപ്രാപിക്കും.
ജറുസലെമിലും യൂദയാ മുഴുവനിലും സമരിയായിലും
ഭൂമിയുടെ അതിർത്തികൾ വരെയും നിങ്ങൾ എനിക്കു
സാക്ഷികളായിരിക്കുകയും ചെയ്യും."
അപ്പ. പ്രവർത്തനങ്ങൾ 1 : 8

ഈശോയുടെ ഭൂമിയിലുള്ള യാത്രയിലുടനീളം അവിടുത്തോട്
ചേർന്ന് നിന്ന് അവിടുത്തെ നയിച്ചത് ദൈവ പിതാവിന്റെ
ആത്മാവാണ്. അതേ പരിശുദ്ധാത്മാവിനെ പന്തക്കുസ്താ
ദിനത്തിൽ സഭയുടെ മേൽ വർഷിക്കുവാൻ അവിടുന്ന്
തിരുമനസ്സായി. ജ്ഞാനസ്നാനത്തിലൂടെ സഭാമക്കൾക്ക്
നൽകപ്പെട്ടിരിക്കുന്ന ഈ പരിശുദ്ധാത്മാഭിഷേകം ഓരോ
ക്രിസ്ത്യാനിയുടെ ഉള്ളിലും സദാ വസിക്കുന്നു. മറ്റു
സൃഷ്ടികളിൽ നിന്നും നമ്മെ അനേക പടി ഉയർത്തി
നിർത്തുന്ന മനുഷ്യശരീരത്തിനുള്ളിലുള്ള 'ആത്മാവ്' എന്ന
ഘടകത്തെ ദൈവത്തിന്റെ പരിശുദ്ധിയിലേക്ക് ഉയർത്തുന്നത്

നമ്മുടെ ആത്മാവിനോട് മാമോദീസായിലൂടെ ലയിച്ചു ചേർക്കപ്പെട്ട പരിശുദ്ധാത്മാവാണ്. ഇന്നും നമ്മുടെ ഉള്ളിലുള്ള ആ പരിശുദ്ധാത്മാവിനെ നിരന്തരം പരിപോഷിപ്പിക്കുക എന്നത് ദൈവകൃപയിൽ ആശ്രയിച്ച് നാം ചെയ്യേണ്ട ഒരു കർത്തവ്യമാണ്.

അനുദിനം ശരീരത്തിന്റെ ആരോഗ്യത്തിനും രോഗപ്രതിരോധശേഷിക്കും ആയി നല്ല ആഹാരവും വ്യായാമവും നിർബന്ധമായി ശീലിക്കാൻ ശ്രമിക്കുന്ന നാം, നമ്മുടെ ആത്മാവിന്റെ ആരോഗ്യകരമായുള്ള വളർച്ചയ്ക്കും പൈശാചിക പ്രലോഭനങ്ങളെ പ്രതിരോധിക്കാനുള്ള ശക്തിക്കും വേണ്ടി നമ്മുടെ ഉള്ളിലുള്ള പരിശുദ്ധാത്മാവിനെ നിത്യേന പരിപോഷിപ്പിക്കേണ്ടത് അത്യാവശ്യമല്ലേ?

നമ്മിലുള്ള പരിശുദ്ധാത്മസാന്നിധ്യത്താൽ ആണ് നാം ദൈവസ്നേഹം അനുഭവിക്കുന്നതിനും നമ്മുടെ കേവലമായ മനുഷ്യജീവിതം മഹത്വപൂർണ്ണമാകുന്നതും."പ്രത്യാശ നമ്മെനിരാശരാക്കുന്നില്ല. കാരണം, നമുക്കു നൽകപ്പെട്ടിരിക്കുന്ന പരിശുദ്ധാത്മാവിലൂടെ ദൈവത്തിന്റെ സ്നേഹം നമ്മുടെ ഹൃദയങ്ങളിലേക്കു ചൊരിയപ്പെട്ടിരിക്കുന്നു."(റോമാ 5 : 5)

കനൽകെട്ട ആത്മാക്കളെ പ്രതി താൻ വേദനിക്കുന്നു എന്ന് വിശുദ്ധ ഫൗസ്റ്റീനയോട് ഈശോ പറഞ്ഞത് ഓർക്കുക.ദൈവസ്നേഹത്തിൽ കത്തിജ്വലിക്കുന്ന ഒരു ഹൃദയത്തോടെ നിത്യജീവനെ ഏറ്റവും പ്രാധാന്യത്തോടെ കണ്ട്,അതിനു വേണ്ടി ഊർജ്ജസ്വലതയോടെ പ്രവർത്തിക്കുന്ന മനുഷ്യരിൽ ആണ് ഈശോ സന്തോഷിക്കുന്നത്.പരിശുദ്ധാത്മാവ് അഗ്നിയാണ് . ദൈവം തന്ന അമൂല്യമായ ജീവിതം എങ്ങനെയെങ്കിലും ജീവിച്ചു തീർക്കാതെ പരിശുദ്ധാത്മാവിനാൽ ജ്വലിക്കുന്ന ഒരു

തീപ്രന്തമായി ജീവിക്കുവാൻ നമുക്ക് ശ്രമിച്ചുകൂടെ. പരിശുദ്ധാത്മാവിനാൽ നിറയുമ്പോൾ നാം ചെയ്യുന്ന സകല കാര്യങ്ങളും ദൈവസ്നേഹം അനുഭവിച്ച് ദൈവത്തിനുവേണ്ടി തീക്ഷ്ണതയോടെ ചെയ്യുവാൻ കഴിയും. പരിശുദ്ധാത്മാവ് തന്റെ ജ്ഞാനത്താൽ നമ്മെ നിറയ്ക്കുകയും ഒരു സഹായിയായി കൂടെ നിന്ന് നേരായ വഴികളും തീരുമാനങ്ങളും നമുക്ക് കാണിച്ചുതരികയും നമ്മെ പ്രതിയുള്ള ദൈവ പദ്ധതി നമ്മിൽ പൂർത്തിയാക്കുകയും ചെയ്യും. മനുഷ്യജീവിതം എന്നാൽ നമ്മിലുള്ള ദൈവപദ്ധതി ഭംഗിയായി പൂർത്തീകരിക്കുകയും അതുവഴി സ്രഷ്ടാവിനെ മഹത്വപ്പെടുത്തുകയും ചെയ്യുക എന്നതല്ലാതെ വേറെ എന്താണ് പ്രിയമുള്ളവരെ..

൭

വചനം വായനയ്ക്കായി

അപ്പ. പ്രവർത്തനങ്ങൾ 2

പ്രാർത്ഥന

ജ്ഞാനസ്നാനത്തിലൂടെ ഞാൻ സ്വീകരിച്ച,എന്നെ സ്വീകരിച്ച പരിശുദ്ധാത്മാവേ, അവിടുന്ന് എന്റെ ഉള്ളിൽ ഉണ്ട് എന്ന ബോധ്യമില്ലാതെ ഞാൻ ചെയ്ത അനേക വിധമായ തെറ്റുകളെ ഓർത്ത് ഞാൻ പശ്ചാത്തപിക്കുന്നു. പ്രിയ പരിശുദ്ധാത്മാവേ, അങ്ങയുടെ അഗ്നിയാൽ എന്റെ ആത്മാവിനെ ചൂട് പിടിപ്പിക്കേണമേ. അതുവഴി ദൈവസ്നേഹത്താൽ നിറഞ്ഞ് ജീവിതത്തിലും വാക്കുകളിലും അവിടുത്തെ പ്രഘോഷിക്കുവാനുള്ള വലിയ അനുഗ്രഹം എനിക്ക് നൽകേണമേ.

വിശുദ്ധനെ ഓര്‍ക്കാം

"എന്നാല്‍, അവന്‍ പരിശുദ്ധാത്മാവിനാല്‍ നിറഞ്ഞ്, സ്വര്‍ഗത്തിലേക്കു നോക്കി ദൈവത്തിന്‍റെ മഹത്വം ദര്‍ശിച്ചു; ദൈവത്തിന്‍റെ വലത്തുഭാഗത്ത് യേശു നില്‍ക്കുന്നതും കണ്ടു." (അപ്പ. പ്രവര്‍ത്തനങ്ങള്‍ 7 : 55) ആത്മാവില്‍ നിറഞ്ഞ് യേശുക്രിസ്തുവിന് സാക്ഷ്യംവഹിച്ച വിശുദ്ധ സ്തേഫാനോസേ, പരിശുദ്ധാത്മാവിനാല്‍ നിറഞ്ഞ് യഥാര്‍ത്ഥ ക്രിസ്തുവിശ്വാസികളായി ജീവിച്ച് അവിടുത്തേക്ക് ഉത്തമ സാക്ഷികളാകുവാന്‍ വേണ്ട അനുഗ്രഹത്തിനായി എനിക്കായി മാധ്യസ്ഥം വഹിക്കേണമേ.

അനുദിന സമര്‍പ്പണം

ഇന്നേദിവസം ഞാന്‍ ചെയ്യുന്ന എല്ലാ നന്മപ്രവര്‍ത്തികളും എന്‍റെ പ്രാര്‍ത്ഥനകളും പരിശുദ്ധാത്മാവിനെ കൂടുതലായി അറിയുവാനും അനുഭവിക്കുവാനും വേണ്ട അനുഗ്രഹം ഏവര്‍ക്കും ലഭിക്കുവാനായി സമര്‍പ്പിക്കുന്നു.

നിര്‍ദേശം

അനുദിന പ്രാര്‍ത്ഥനാ വേളയില്‍ പരിശുദ്ധാത്മാവിനാല്‍ നിറയുന്നതിനായി പ്രത്യേകമായി പ്രാര്‍ത്ഥിക്കുവാന്‍ തുടങ്ങുന്നത് ഉചിതമായിരിക്കും.

೧

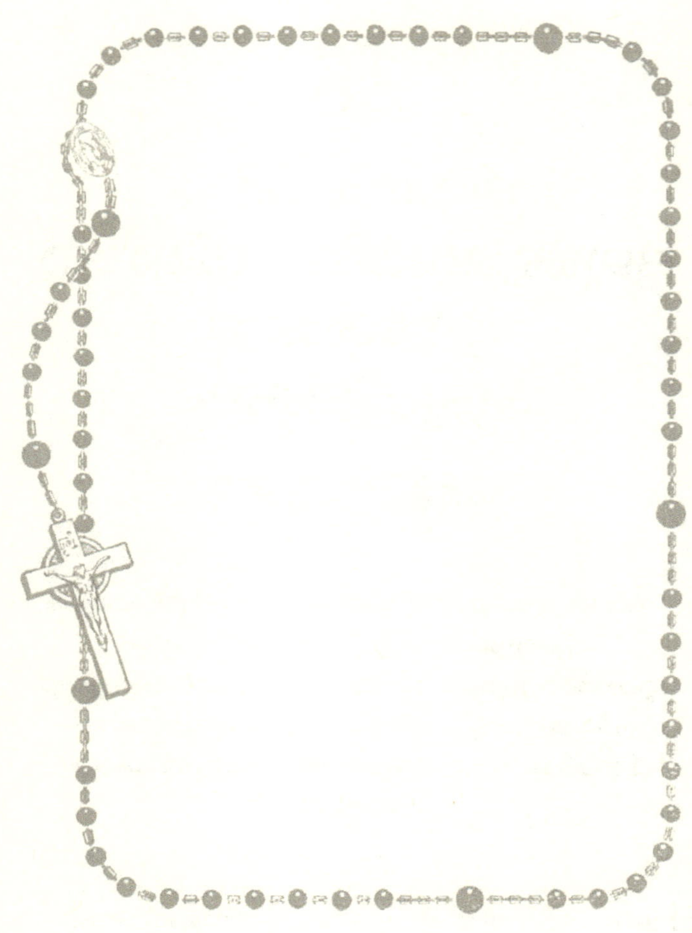

കുറിപ്പുകൾ

38

ദിവസം-38
ഒഴുക്കിനെതിരെ നീന്താൻ ഈശോയെ കൂട്ടുപിടിക്കാം.

"നിങ്ങൾ ഈലോകത്തിന് അനുരൂപരാകരുത്; പ്രത്യുത,
നിങ്ങളുടെ മനസ്സിന്റെ നവീകരണംവഴി
രൂപാന്തരപ്പെടുവിൻ. ദൈവഹിതം എന്തെന്നും, നല്ലതും
പ്രീതിജനകവും പരിപൂർണവുമായത് എന്തെന്നും
വിവേചിച്ചറിയാൻ അപ്പോൾ നിങ്ങൾക്കു സാധിക്കും."

റോമാ 12 : 2

ഒഴുക്കിനൊപ്പം നീന്താൻ ഇഷ്ടപ്പെടുന്നവരാണ് നാം. നാം
ആയിരിക്കുന്ന സമൂഹത്തിൽ എന്തെങ്കിലും ഒരു ട്രെൻഡ്
തുടങ്ങിയാൽ എത്രയും പെട്ടെന്ന് അത് പിന്തുടരാനാണ്
നമുക്ക് താൽപര്യം. വ്യക്തികളാലും ജീവിതരീതികളാലും
സ്വാധീനിക്കപ്പെടുക എന്നത് അതിൽ തന്നെ ഒരു തിന്മ അല്ല.
എന്നാൽ നിലവിലുള്ള ട്രെൻഡ് അനുസരിച്ച്

നീങ്ങാതിരിക്കുന്നത് അപകടകരവും അല്ല. ഒറ്റപ്പെടും എന്ന ഭീതിയിൽ മറ്റുള്ളവർ ചെയ്യുന്നതുപോലെ ചെയ്യാൻ ശ്രമിക്കുന്നത് ഉചിതമല്ല. മാറിമാറിവരുന്ന ട്രെൻഡിനൊപ്പം ആഘോഷരീതികൾ മാറ്റി കല്യാണം പോലുള്ള വിശേഷങ്ങൾക്കുള്ള ചെലവുകൾ സാധാരണക്കാരനെ വലിയ കടക്കാരൻ ആക്കി തീർക്കുന്ന അവസ്ഥ വരെ എത്തിയത് ഒരു ഉദാഹരണം മാത്രം. എല്ലാവരും ഇന്ന ബിസിനസ് തുടങ്ങുന്നത് കൊണ്ട് ഞാനും തുടങ്ങിക്കളയാം എന്നും, എല്ലാവരും എടുക്കുന്ന കോഴ്സ് തന്നെ ഞാനും പഠിക്കണമെന്നും,എല്ലാവരും ധരിക്കുന്ന രീതിയിൽ തന്നെ ഞാനും വസ്ത്രം ധരിക്കണമെന്നും,എല്ലാവരും പോകുന്ന റസ്റ്റോറന്റിൽ തന്നെ ഞാനും പോകണമെന്നും താലപ്ര്യപ്പെട്ടാൽ നഷ്ടമാകുന്നത് സ്വന്തം വ്യക്തിത്വം തന്നെയല്ലേ. ഓരോ മനുഷ്യനും വ്യത്യസ്തനാണ്. അവന്റെ ജീവിത രീതികളെക്കുറിച്ചും ഭാവിയെക്കുറിച്ചും ദൈവത്തിന് വ്യക്തമായ ധാരണയും പദ്ധതിയും ഉണ്ട്."എന്തെന്നാൽ, തന്റെ അഭീഷ്ടമനുസരിച്ച് ഇച്ഛരിക്കാനും പ്രവർത്തിക്കാനും നിങ്ങളെ ഉത്തേജിപ്പിക്കുന്നതു ദൈവമാണ്."(ഫിലിപ്പി 2 : 13)

അന്ധമായി ആരെയും അനുകരിക്കാതിരിക്കാൻ ശ്രദ്ധിക്കേണ്ടത് പ്രധാനമാണ്. ചെറുതും വലുതുമായ എന്ത് കാര്യവും ആയിക്കൊള്ളട്ടെ,ഈശോയുടെ കാൽക്കൽ ഇരുന്നു അവനോട് ചോദിക്കുക,"ഞാൻ ഈ കാര്യത്തിൽ എങ്ങനെയാണ് പെരുമാറേണ്ടത് ഈശോയെ?" അവിടുന്നാണ് നിന്നെ നയിക്കുന്നതെങ്കിൽ നിനക്ക് ഉറപ്പിക്കാം, ഒഴുക്കിനെതിരെ നീന്തിയാലും ഈശോയോടൊപ്പം ആണെങ്കിൽ നിന്റെ അനുസരണം തീർച്ചയായും സമാധാനത്തിലേക്കും സ്വർഗീയ ദാനങ്ങളിലേക്കും നയിക്കും.

വചന വായനയ്ക്കായി

സങ്കീർത്തനം 128

പ്രാർത്ഥന

നല്ല ഈശോയെ ചുറ്റുമുള്ളവരാൽ സ്വാധീനിക്കപ്പെട്ട് ആത്മാവിനു ഇഷ്ടമില്ലാത്തത് പ്രവർത്തിക്കുവാൻ എനിക്ക് ഇടവരുത്തരുതേ. പരിശുദ്ധാത്മാവേ എല്ലാകാര്യങ്ങളിലും ദൈവഹിതം അന്വേഷിക്കുവാൻ എന്നെ ഓർമ്മിപ്പിക്കണമേ.

വിശുദ്ധനെ ഓർക്കാം

ലോകത്തിന് അനുരൂപവും സമ്പന്നവും ആയ ജീവിതത്തിനിടയിൽ ഈശോയെ കണ്ടെത്തിയതിനു ശേഷം ഈശോയ്ക്ക് വേണ്ടി മാത്രം ജീവിച്ച വിശുദ്ധ ഫ്രാൻസിസ് അസീസിയെ, എല്ലാത്തിനുമുപരി ഈശോയ്ക്ക് ഇഷ്ടമുള്ളത് മാത്രം ചെയ്തു ജീവിക്കുവാൻ ഉള്ള ശക്തിയും ധൈര്യവും ലഭിക്കുവാനായി എനിക്ക് വേണ്ടി മാധ്യസ്ഥം വഹിക്കേണമേ

അനുദിന സമർപ്പണം

ഇന്നേദിവസം ഞാൻ ചെയ്യുന്ന എല്ലാ നന്മപ്രവർത്തികളും എന്റെ പ്രാർത്ഥനകളും ലോകത്തിന്റെ ഒഴുക്കിനൊപ്പം നീങ്ങി സ്വന്തം വ്യക്തിത്വവും അതുവഴി ദൈവത്തിൽ നിന്നുള്ള കൃപാവരങ്ങളും നഷ്ടപ്പെടുത്തുന്ന എല്ലാവർക്കും വേണ്ടി സമർപ്പിക്കുന്നു.

നിർദേശം

ദൈവഹിതപ്രകാരമാണോ നാം ജീവിക്കുന്നതെന്നും നമ്മുടെ പ്രവർത്തനങ്ങൾ ഈശോയ്ക്ക് ഇഷ്ടപെടുന്നതാണോ എന്നും ഇടയ്ക്കിടെ സ്വയം ചിന്തിക്കുന്നത് ഉചിതമായിരിക്കും.

കുറിപ്പുകൾ

39

ദിവസം-39 ആത്മാവിന്റെ സൗന്ദര്യത്തിൽ ശ്രദ്ധിക്കാം.

ജെസ്സയുടെ പുത്രന്മാരിൽ നിന്നും കർത്താവ് രാജാവായി തിരഞ്ഞെടുത്തവനെ കണ്ടെത്തുവാൻ ഇറങ്ങിയ സാമുവൽ,ഏലിയാബിനെ മുന്നിൽ കണ്ടപ്പോൾ കർത്താവിന്റെ അഭിഷിക്തൻ അവൻ ആണെന്ന് കരുതി."എന്നാൽ,കർത്താവ് സാമുവലിനോടു കൽപിച്ചു: അവന്റെ ആകാരവടിവോ ഉയരമോ നോക്കേണ്ടാ. അവനെ ഞാൻ തിരസ്കരിച്ചതാണ്. മനുഷ്യൻ കാണുന്നതല്ല കർത്താവ് കാണുന്നത്. മനുഷ്യൻ ബാഹ്യരൂപത്തിൽ ശ്രദ്ധിക്കുന്നു; കർത്താവാകട്ടെ ഹൃദയഭാവത്തിലും."(1 സാമുവൽ 16 : 7)

സ്വന്തം ശരീര പ്രകൃതിയിൽ തൃപ്തിയില്ലാതെ പരാതിയോടുകൂടി ജീവിക്കുന്നവർ ഒത്തിരിയുണ്ട്. നമ്മുടെ

ഓരോരുത്തരുടേയും തലമുടിയുടെ എണ്ണം പോലും നിശ്ചയമുള്ള പിതാവിന് നമ്മെ സൃഷ്ടിച്ചപ്പോൾ എന്തെങ്കിലും അബദ്ധം പറ്റി എന്ന് കരുതുന്നുണ്ടോ? നമ്മുടെ ഉയരവും വണ്ണവും മുടിയും മുഖത്തിലെ പ്രത്യേകതകളും കണ്ണുകളും ചുണ്ടിന്റെ ആകൃതി പോലും ദൈവം സ്വന്തം ഇച്ഛരയിൽ ഒരു വിദഗ്ധ ശില്പിയെ പോലെ നിശ്ചയിച്ചുറപ്പിച്ചതല്ലേ. സ്വന്തം ശിൽപ്പത്തെ ശില്പി ഇഷ്ടപ്പെടാതിരിക്കുമോ. അവിടുന്ന് നമ്മുടെ ബാഹ്യരൂപത്തെ സ്നേഹിക്കുന്നു. അതിലേറെ നമ്മുടെ ആന്തരികതയേയും.സാമൂഹ്യജീവിതത്തിൽ നമ്മുടെ നിറവും സൗന്ദര്യവും ബാഹ്യമായ ആകർഷക ഘടകങ്ങളും ഒരിക്കലും ഒരു വ്യക്തി സ്ഥിരമായും ഓർത്തിരിക്കില്ല. എന്നാൽ നാം എങ്ങനെയാണ് ആ വ്യക്തിയോട് പെരുമാറിയതെന്നും എങ്ങനെയൊക്കെയാണ് അയാളെ സന്തോഷിപ്പിച്ചതെന്നും എപ്രകാരമാണ് വേദനിപ്പിച്ചത് എന്നും ആ വ്യക്തി ഒരിക്കലും മറക്കില്ല.നാം നമ്മുടെ ജീവിതത്തിൽ വന്ന് കടന്നുപോയ ഒരാളെ ഓർക്കുമ്പോഴും ഇതൊക്കെ തന്നെയാണ് നമ്മുടെ ഹൃദയത്തിൽ പതിഞ്ഞതായി കാണുക. "ശാരീരികമായ പരിശീലനംകൊണ്ടു കുറച്ചു പ്രയോജനമുണ്ട്, എന്നാൽ ആത്മീയത എല്ലാവിധത്തിലും വിലയുള്ളതാണ്.എന്തുകൊണ്ടെന്നാൽ,അത് ഈ ജീവിതത്തെയും വരാനിരിക്കുന്ന ജീവിതത്തെയും സംബന്ധിക്കുന്ന വാഗ്ദാനങ്ങൾ ഉൾകൊള്ളുന്നു."(1 തിമോത്തേയോസ് 4 : 8.)

അതിനാൽ സ്വന്തം സൗന്ദര്യത്തെക്കുറിച്ച് ആകുലപ്പെട്ടു കൊണ്ട് നമ്മുടെ വിലപെട്ട ദിനങ്ങൾ പാഴാക്കി കളയാതെ നമ്മുടെ വ്യക്തിത്വത്തെ സ്നേഹിച്ചുകൊണ്ട് ആത്മവിശ്വാസം ഉള്ളവരായി വളരുവാനും ഈശോ നമ്മുടെ ആന്തരികസൗന്ദര്യത്തെ അതിയായി സ്നേഹിക്കുന്നുണ്ടെന്ന

ഉറപ്പിൽ ജീവിതം തുടരുവാനും നമുക്ക് ശ്രമിക്കാം."നിങ്ങൾ ദൈവത്തിന്റെ ആലയമാണെന്നും ദൈവാത്മാവ് നിങ്ങളിൽ വസിക്കുന്നുവെന്നും നിങ്ങൾ അറിയുന്നില്ലേ?"(1 കോറിന്തോസ് 3 : 16)

൭

വചന വായനയ്ക്കായി

സങ്കീർത്തനം 45

പ്രാർത്ഥന

സ്നേഹമുള്ള ഈശോയെ, എന്റെ ബാഹ്യ സൗന്ദര്യത്തെക്കുറിച്ച് അനാവശ്യമായി ആകുലപ്പെടാതെ ആത്മാവിന്റെ സൗന്ദര്യത്തിൽ ശ്രദ്ധ വയ്ക്കുവാനും,ആത്മവിശ്വാസം വളർത്തുവാനും,ഞാനെന്ന സൃഷ്ടിയുടെ കടമകൾ നിർവഹിച്ച് സ്രഷ്ടാവിനെ പ്രീതിപ്പെടുത്തുവാനും ഉള്ള കൃപ എനിക്ക് നല്കണമേ.

വിശുദ്ധനെ ഓർക്കാം

തന്റെ ഭയാനകമായ വിരൂപതയാൽ അടഞ്ഞ മുറിക്കുള്ളിൽ വർഷങ്ങളോളം താമസിച്ചപ്പോഴും തന്റെ അടുത്ത് വരുന്ന അനേകർക്ക് ആശ്വാസവും ഉപദേശവും നൽകി,ആകർഷകരല്ലാത്ത മനുഷ്യരുടെ പ്രത്യേക മധ്യസ്ഥനായിത്തീർന്ന വിശുദ്ധ ഡ്രോഗോയെ, ആന്തരിക സൗന്ദര്യത്തിൽ കൂടുതൽ ശ്രദ്ധ വച്ചു ജീവിക്കുവാനുള്ള കൃപയ്ക്കായി മാധ്യസ്ഥം വഹിക്കേണമേ.

അനുദിന സമർപ്പണം

ഇന്നേദിവസം ഞാൻ ചെയ്യുന്ന എല്ലാ നന്മപ്രവർത്തികളും എന്റെ പ്രാർത്ഥനകളും ബാഹ്യ സൗന്ദര്യത്തിൽ അമിത പ്രാധാന്യം നൽകി ആത്മീയ ജീവിതത്തെ ശ്രദ്ധിക്കാതെ പോകുന്ന എല്ലാവർക്കും വേണ്ടി സമർപ്പിക്കുന്നു.

നിർദേശം

നാം ബാഹ്യസൗന്ദര്യത്തെ പ്രതി വിഷമിക്കുന്നുണ്ടെങ്കിൽ അതൊക്കെ ഈശോയ്ക്ക് സമർപ്പിച്ച് അൽപനേരം സ്വസ്ഥമായി ആത്മീയതയിൽ വളരുവാൻ എന്തൊക്കെ ചെയ്യാം എന്ന് ചിന്തിക്കുന്നത് ഉചിതമായിരിക്കും.

കുറിപ്പുകൾ

40

ദിവസം- 40 പുത്രൻ/പുത്രി ആകുവാനുള്ള ക്ഷണം.

"ദൈവത്തിനു നമ്മോടുള്ള സ്നേഹം നാം അറിയുകയും അതിൽ വിശ്വസിക്കുകയും ചെയ്തിരിക്കുന്നു. ദൈവം സ്നേഹമാണ്. സ്നേഹത്തിൽ വസിക്കുന്നവൻ ദൈവത്തിലും ദൈവം അവനിലും വസിക്കുന്നു."
1 യോഹന്നാൻ 4 : 16

ഈ ഡിവോഷന്റെ അവസാന ദിവസമായ ഇന്ന് പുതിയ നിയമത്തിലെ ഒരു വചന ഭാഗം വായിച്ച് ആരംഭിക്കാം. ലൂക്ക 15:11-32, ധൂർത്ത പുത്രന്റെ ഉപമ നമുക്ക് ഒന്ന് വായിക്കാം.

ഈശോ ധൂർത്തപുത്രന്റെ ഉപമ പറയുന്നത് രണ്ട് തരം ആൾക്കാർ ഉൾപ്പെട്ട ഒരു ജനസമൂഹത്തോട് ആണ്. "ചുങ്കക്കാരും പാപികളുമെല്ലാം അവന്റെ വാക്കുകൾ കേൾക്കാൻ അടുത്തുവന്നുകൊണ്ടിരുന്നു. ഫരിസേയരും നിയമജ്ഞരും പിറുപിറുത്തു: ഇവൻ പാപികളെ സ്വീകരിക്കുകയും അവരോടുകൂടെ ഭക്ഷണം കഴിക്കുകയും

ചെയ്യുന്നു."(ലൂക്കാ 15 : 1-2.)ചുങ്കക്കാരും പാപികളും അടങ്ങുന്ന ഒരു വിഭാഗവും ഫരിസേയരും നിയമജ്ഞരും അടങ്ങുന്ന മറ്റൊരു വിഭാഗവും ആണ് ധൂർത്തപുത്രന്റെ ഉപമ ശ്രവിക്കുന്നത്.ധൂർത്ത പുത്രന്റെ ഉപമയിലെ രണ്ടു സഹോദരന്മാരെ കുറിച്ച് പറഞ്ഞപ്പോൾ ഈശോ ഉദ്ദേശിച്ചത് ഈ രണ്ട് വിഭാഗക്കാരെ ആണ്. ധൂർത്ത പുത്രനായ ഇളയമകൻ ദൈവ പിതാവ് തന്ന ആത്മീയവും ഭൗതികവുമായ എല്ലാ സമ്പത്തും നശിപ്പിച്ച് പാപികളായിത്തീർന്ന ഒന്നാമത്തെ സമൂഹത്തെ കാണിക്കുന്നു. അപ്പന് വിധേയനായി നിയമങ്ങൾ പാലിച്ച് ജീവിക്കുകയും എന്നാൽ, തിന്മയിൽ ജീവിച്ച സഹോദരൻ തിരിച്ചു വന്നപ്പോൾ അവനെ അംഗീകരിക്കാൻ കഴിയാത്തവനുമായ മൂത്തപുത്രൻ,ഫരിസേയരും നിയമജ്ഞരും അടങ്ങുന്ന സമൂഹത്തെ സൂചിപ്പിക്കുന്നു.ഈ രണ്ടാമത്തെ സമൂഹം ദൈവത്തോട് അടുത്ത് ജീവിക്കുന്നവരും എല്ലാ പ്രമാണങ്ങളും പാലിക്കുകയും,എന്നാൽ 'വീണ്ടെടുക്കപ്പെട്ട പാപിയെ' സ്നേഹിക്കുകയും അവനെ പ്രതി ആനന്ദിക്കുകയും ചെയ്യുന്ന ദൈവപിതാവിന്റെ യഥാർത്ഥ സ്നേഹം ജീവിക്കാൻ സാധിക്കാത്തവരും അടങ്ങുന്ന വിഭാഗം ആണ്. അവർ താഴ്ന്നവരെ ഉൾക്കൊള്ളാനും സ്നേഹിക്കാനും കരുണ കാണിക്കുവാനും സാധിക്കാതെ ഭക്തിയിൽ മാത്രം ജീവിക്കുന്നു. നാം ഇതിൽ ഏത് വിഭാഗക്കാരാണ്?

"സ്വർഗ്ഗസ്ഥനായ ഞങ്ങളുടെ പിതാവേ..", എന്ന് പ്രാർത്ഥിക്കുമ്പോൾ ലോകത്തിലെ എല്ലാ മനുഷ്യരെയും സ്വന്തം സഹോദരരായി കണ്ടു അവരോട് ചേർന്ന് 'ഞങ്ങളുടെ അപ്പാ...'എന്ന് വിളിക്കുവാൻ നമുക്ക് കഴിയുന്നുണ്ടോ? വചനം പാലിക്കുകയും പഠിക്കുകയും ചെയ്യുമ്പോഴും വീട്ടിനുള്ളിൽ ഉള്ളവരോട് പോലും അല്പ കരുണയോ ക്ഷമയോ കാണിക്കുവാൻ നമുക്ക് സാധിക്കാറുണ്ടോ? നാം ഇതിൽ ഏത്

വിഭാഗക്കാരാണ്? ഏത് സഹോദരനെയാണ് നാം മാതൃകയാക്കേണ്ടത്?

ഒരു നിമിഷം, മൂന്നാമതൊരു ജീവിത സാധ്യത കൂടി നമുക്ക് മുന്നിലുണ്ട്.അപ്പന്റെ അരുമ സന്താനമായി,അപ്പന്റെ ഹൃദയം അറിഞ്ഞു, കരുണയും സ്നേഹവും ചുറ്റുമുള്ളവര്‍ക്ക് പകര്‍ന്ന് നല്‍കി സഹോദരങ്ങളുടെ ആത്മാവിന്റെ രക്ഷയെ പ്രതി ആകുലപ്പെട്ട് ജീവിക്കുന്ന ഒരു 'മൂന്നാമത്തെ' മകനായി / മകളായി തീരുവാന്‍ നമുക്ക് ശ്രമിച്ചാലോ ..

വചന വായനയ്ക്കായി

സങ്കീര്‍ത്തനം 133

പ്രാര്‍ത്ഥന

നല്ല ഈശോയെ, അങ്ങയെ പോലെ പിതാവിന്റെ വത്സലമകനായി ജീവിക്കുവാനുള്ള താല്‍പര്യവും ഉത്തേജനവും എനിക്ക് നല്‍കേണമേ. യഥാര്‍ത്ഥ ക്രിസ്തു-അനുയായി ആകുവാന്‍ പരിശുദ്ധാത്മാവേ, അങ്ങയുടെ ദാനങ്ങളും വരങ്ങളും കൃപകളും കൊണ്ട് എന്നെ നിറയ്ക്കേണമേ.

വിശുദ്ധനെ ഓര്‍ക്കാം

ക്രിസ്തുവിന് ഏറ്റവും അനുരൂപനായി ജീവിച്ച് ഞങ്ങള്‍ക്ക് മാതൃകയും പ്രചോദനവും നല്‍കിയ വിശുദ്ധ ഫ്രാന്‍സിസ് അസീസിയെ, പിതാവിന്റെ പ്രിയസുതന്‍ ആയി ജീവിക്കുവാനുള്ള കൃപയ്ക്കായി എനിക്കുവേണ്ടി മാധ്യസ്ഥം

വഹിക്കേണമേ.

അനുദിന സമർപ്പണം

ഇന്നേദിവസം ഞാൻ ചെയ്യുന്ന എല്ലാ നന്മപ്രവർത്തികളും എന്റെ പ്രാർത്ഥനകളും എല്ലാ നിരീശ്വരവാദികൾക്കും വേണ്ടി സമർപ്പിക്കുന്നു.

നിർദ്ദേശം

ഇതിൽ ഏത് വിഭാഗത്തിലാണ് നാം എന്ന് ആത്മശോധന ചെയ്യുന്നത് ഉചിതമായിരിക്കും.

കുറിപ്പുകൾ

41
കുറിപ്പുകൾ

'എൻ്റെ കർത്താവേ,എൻ്റെ ദൈവമേ...'

'എന്റെ കർത്താവേ, എന്റെ ദൈവമേ...'

www.ingramcontent.com/pod-product-compliance
Lightning Source LLC
Chambersburg PA
CBHW061422160726

47995CB00003B/711